वेल्डर मराठी MCQ

मनोज डोळे

डिजिटायझेशन ही काळाची गरज आहे. भविष्यात, प्रशिक्षण अधिक सोयीस्कर आणि सोपे करण्यासाठी औद्योगिक प्रशिक्षण संस्थांमध्ये ऑनलाइन इंटरनेट वापरून प्रशिक्षण घेणे आवश्यक आहे. MCQ प्रश्नांचा संच असलेली ई-पुस्तके प्रशिक्षणार्थींना उपलब्ध करून दिली जातील कारण त्यांना त्यांच्या औद्योगिक प्रशिक्षण संस्थांमध्ये होणाऱ्या ऑनलाइन परीक्षांच्या तयारीसाठी MCQ प्रश्नांची अधिक सवय होणे आवश्यक आहे.

या सर्व बाबी लक्षात घेऊन श्री.मनोज मधुकर डोळे प्रशिक्षक, औद्योगिक प्रशिक्षण संस्था, सातारा यांनी नवीन वार्षिक प्रणाली आणि NSQF-5 अभ्यासक्रमानुसार पुस्तके लिहिली आहेत. आणि त्यांनी प्रशिक्षण सुलभ करण्यासाठी सैद्धांतिक मोबाइल ॲप्स आणि ब्लॉग तयार केले आहेत आणि हे सर्व शैक्षणिक साहित्य जगप्रसिद्ध Google Play Store, Amazon आणि Apple Book Store वर डाउनलोड करण्यासाठी उपलब्ध केले आहे.

पुस्तकांचे प्रकाशन माननीय सहसंचालक श्री राजेंद्र घुमे साहेब प्रादेशिक व्यावसायिक शिक्षण व प्रशिक्षण कार्यालय, पुणे यांच्या हस्ते दिनांक 9/1/2019 रोजी करण्यात आले, यावेळी श्री प्रकाश सायगावकर साहेब प्राचार्य शासकीय औद्योगिक प्रशिक्षण संस्था औंध पुणे, श्री तुकाराम मिसाळ साहेब प्राचार्य डॉ. सरकार प्र.संस्था सातारा, श्री सचिन धुमाळ साहेब जिल्हा व्यवसाय शिक्षण व प्रशिक्षण अधिकारी सातारा, श्री यतीन पारगावकर साहेब मुख्याध्यापक गो. प्र.संस्था कोल्हापूर, श्री विकास टेके साहेब निरीक्षक व्यावसायिक शिक्षण व प्रशिक्षण क्षेत्रीय कार्यालय पुणे, पालेकर फूड्स प्रॉडक्ट्स प्रा. लि.चे सातारा येथील उद्योजक अध्यक्ष श्री.नीळकंठराव पालेकर साहेब, हिरा फूड्स चे चेअरमन श्री.इब्राहिम बाबा तांबोळी साहेब, सौ.शाल्मली पवार मुख्याध्यापिका शासकीय तंत्रनिकेतन केंद्र सातारा व इतर मान्यवर यावेळी उपस्थित होते.

अनुक्रमणिका

प्रस्तावना

21 व्या शतकातील औद्योगिक क्षेत्रातील वेगाने वाढणाऱ्या मागणीच्या अनुषंगाने बहु-कुशल कारागीरांचा पुरवठा करण्यासाठी व्यवसाय शिक्षण आणि व्यवसाय प्रॅक्टिकल विभागामार्फत व्यावसायिक शिक्षण आणि प्रशिक्षण विभागामार्फत व्यावसायिक शिक्षण आणि प्रशिक्षण दिले जाते. संस्थांमधील सर्व व्यवसाय महत्त्वाचे आहेत, कारण या व्यवसायांतील प्रशिक्षणार्थी उद्योगाच्या मागणीनुसार बहु-कौशल्ये विकसित करतात.

औद्योगिक क्षेत्रातील सर्व उद्योगांमधील सर्व परीक्षा ऑनलाइन घेतल्या जातात आणि त्यामध्ये MCQ पद्धतीच्या प्रश्नांचा समावेश होतो हे लक्षात घेऊन सर्व व्यवसायांसाठी योग्य MCQ ई-पुस्तके उपलब्ध करून देण्याच्या उदात्त हेतूने. श्री.मनोज मधुकर डोळे यांनी नवीन वार्षिक अभ्यासक्रमानुसार MCQ पद्धतीवर खूप चांगले ई-बुक लिहिले आहे. हे ई-बुक सर्व प्रशिक्षणार्थी, प्रशिक्षणार्थी उमेदवार, प्रशिक्षण प्रशिक्षक आणि संबंधित इतरांसाठी निश्चितच मार्गदर्शक ठरेल.

पुस्तकाचे लेखक श्री.मनोज मधुकर डोळे आहेत, इन्स्ट्रक्टर गव्हर्नमेंट ITI सातारा यांना 17 वर्षांचा प्रशिक्षणाचा अनुभव आहे. नवीन वार्षिक पॅटर्न म्हणून लिहिलेल्या, या ई-बुकमध्ये प्रत्येक विषयासाठी मांडणी, सोपी भाषा आणि सोपी वाक्यरचना, आकृती आणि व्हिडिओ समजून घेण्यासाठी आधुनिक डिजिटल QR कोड तंत्रज्ञान समाविष्ट केले आहे. त्यामुळे सखोल अभ्यास आणि परीक्षेच्या सरावासाठी हे ई-बुक नक्कीच उपयोगी पडेल याची मला खात्री आहे. त्यांनी केलेले काम नक्कीच कौतुकास्पद आहे.

श्री तुकाराम मिसाळ
प्राचार्य शासकीय औद्योगिक प्रशिक्षण संस्था सातारा.

नांदी, प्रस्तावना

DGET नवी दिल्ली आणि CSTARI कोलकाता ऑगस्ट 2018 च्या सत्रापासून ITI मधील सर्व व्यवसायांसाठी वार्षिक पॅटर्न लागू करत आहेत. परीक्षा पद्धतीतही बदल करण्यात येणार असून या वर्षीपासून ती ऑनलाइन होणार असून सर्व प्रश्न वस्तुनिष्ठ स्वरूपाचे (MCQ) असल्याने प्रशिक्षणार्थींना सखोल अभ्यासाची नितांत गरज आहे. हे लक्षात घेऊन जुन्या NIMI पॅटर्नवर आधारित पुस्तके आणि नवीन वार्षिक पॅटर्नचे संपूर्ण विहंगावलोकन सादर करताना आम्हाला आनंद होत आहे आणि आम्हाला आशा आहे की ही पुस्तके सर्व व्यवसाय संचालक आणि प्रशिक्षणार्थींसाठी मार्गदर्शक ठरतील. आहे.

ही पुस्तके लिहिल्याबद्दल जोहर आवटे साहेब, ITI अकलूजचे प्राचार्य. ITI सातारा चे माजी प्राचार्य सायगावकर साहेब, सहाय्यक संचालक श्री चंद्रकांत ढेकणे साहेब व्यवसाय शिक्षण व प्रशिक्षण प्रादेशिक कार्यालय, पुणे, जिल्हा व्यवसाय शिक्षण व प्रशिक्षण अधिकारी सचिन धुमाळ साहेब व मुख्याध्यापिका शासकीय तंत्रनिकेतन केंद्र शाल्मली पवार मॅडम व मुलगा अधिराज डोळे, आई कुसुम डोळे. , माझे वडील मधुकर डोळे आणि पत्नी अश्विनी डोळे यांनी वेळोवेळी केलेल्या विशेष मार्गदर्शन व सहकार्याबद्दल मी त्यांचा मनःपूर्वक आभारी आहे.

तसेच अतिशय कमी कालावधीत पुस्तक प्रकाशित करण्यात अमूल्य वेळ दिल्याबद्दल श्री राजेंद्र घुमे साहेब, सहसंचालक, व्यवसाय शिक्षण व प्रशिक्षण प्रादेशिक कार्यालय, पुणे यांनी पुस्तकाचे पुनरावलोकन केले. त्यांच्या अभिप्रायाबद्दल मी मनापासून आभारी आहे.

पुस्तक लिहिण्याच्या सुरुवातीपासूनच सतत पाठबळ दिल्याबद्दल ITI सातारा च्या प्रशिक्षकांचा मी आभारी आहे.

या पुस्तकातून, ई-लर्निंगबद्दलचे माझे विचार तुमच्याशी शेअर करण्यात मी स्वतःला धन्य समजतो. हे पुस्तक परिपूर्ण आहे असा दावा मी करणार नाही, कारण परिपूर्णतेचा विचार करता हे पुस्तक एक प्रयत्न आहे आणि बाल्यावस्थेत आहे. त्यांची चाचणी आणि सूचना दिल्यास ते सुधारण्यासाठी मोलाचे ठरतील.

मनोज डोळे

दिनांक 9/1/2019

1

वेल्डर मराठी MCQ Drawing

Online Test Exam | ITI Books | CNC Course | AutoCAD CAM | JOB & Apprentice

Online Theory | Computer Course | Trading Course | Web Designing | MSCIT Course

Shopping Business | Internet Business | Remotasks Course | Online Services | Top Sportsmans

Indian Army | Freedom Fighters | Top Scientists | Social Reformers | Motivational Speaker

Top Richest People | Join WhatsApp Group | Join Facebook Group | Like Facebook Page | PAN / Adhar / Licence Passport

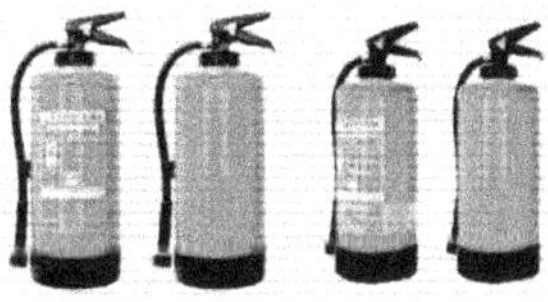

Fire extinguisher

Calliper

Hacksaw frame

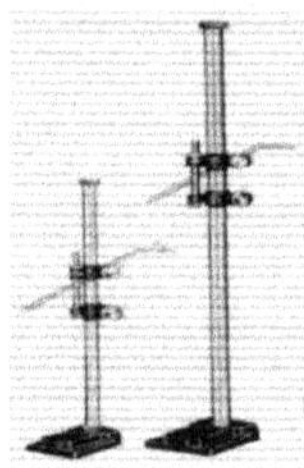

Universal surface guage

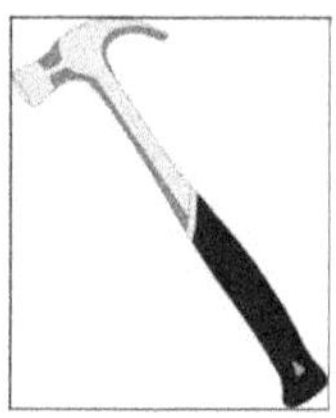

Hammer

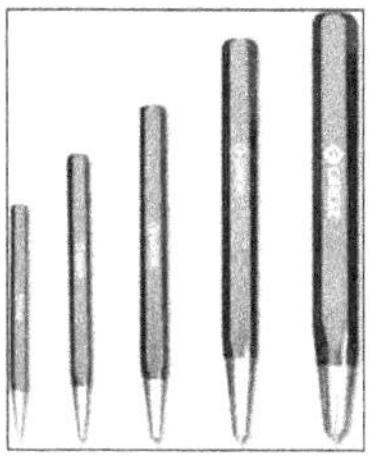

Centre punch

Bench vice

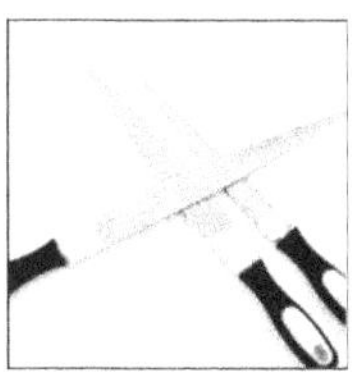

Files

Scraper

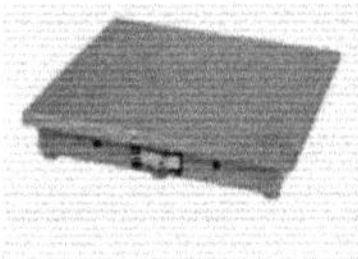

Surface Plate

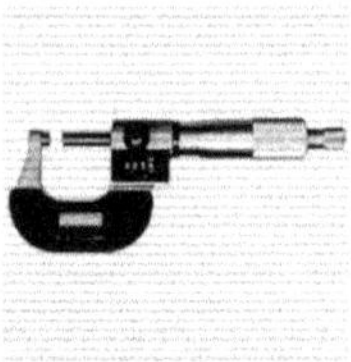

Outside Micrometer

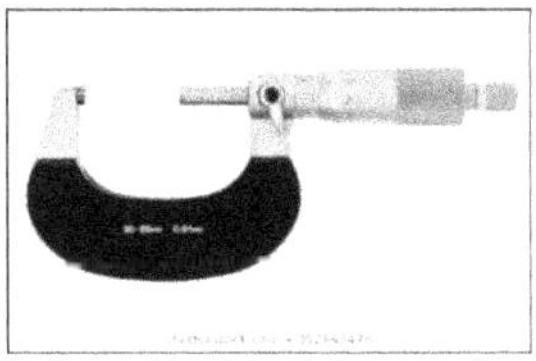

Micrometer

Depth micrometer

Vernier Calliper

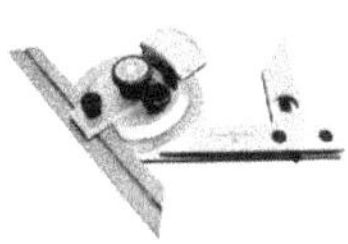

Vernier bevel protractor

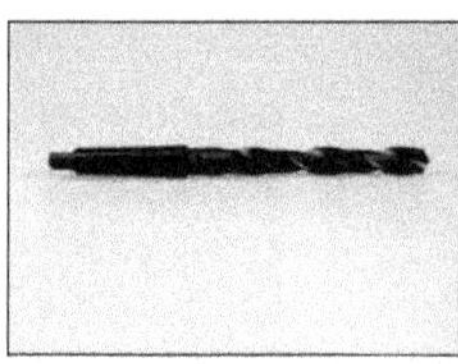

Drilling

Reamer

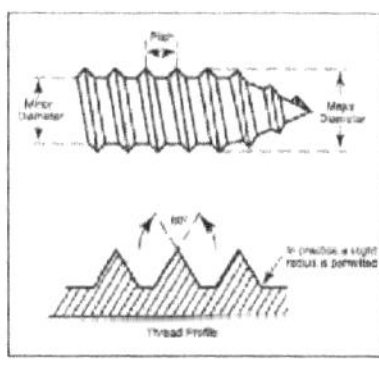

Thread

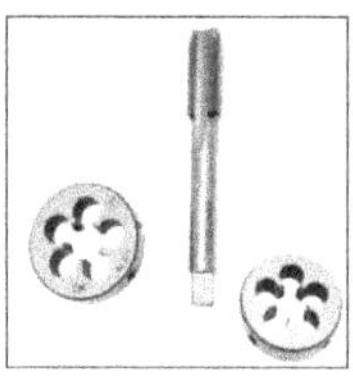

Tap Die

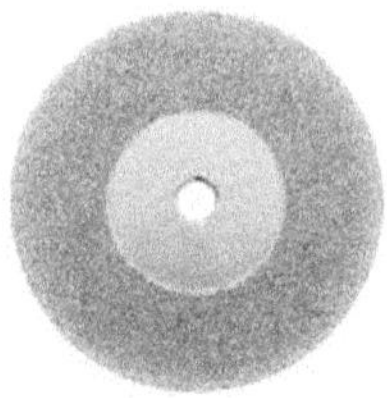

Grinding Wheel

Tap Die

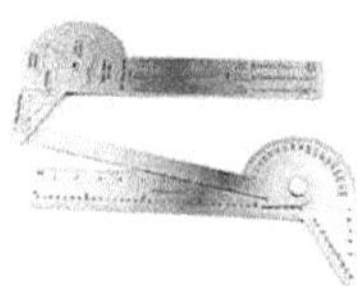

Centre gauge

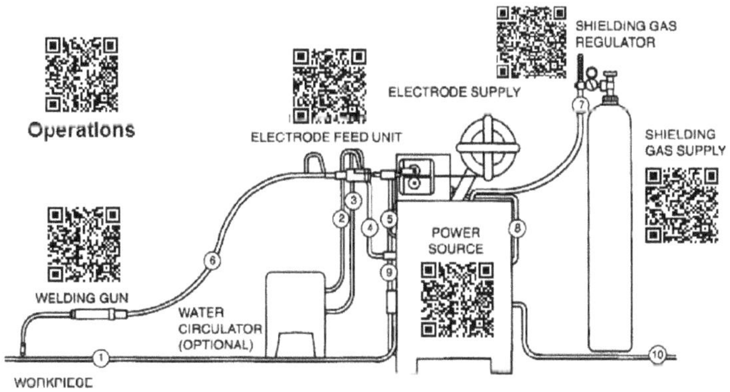

Gas Metal Arc Welding

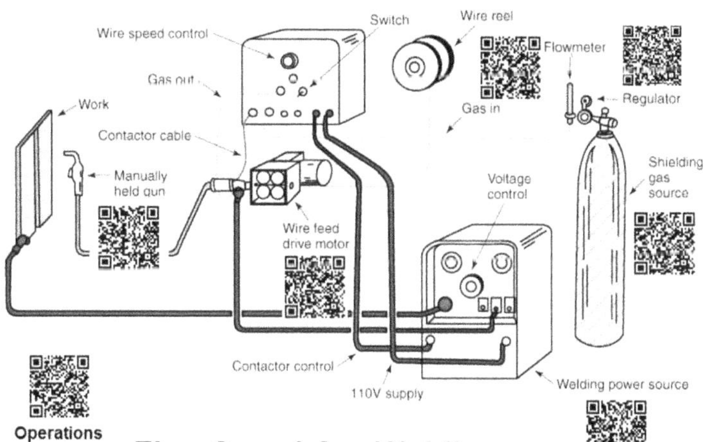

Flux Cored Arc Welding

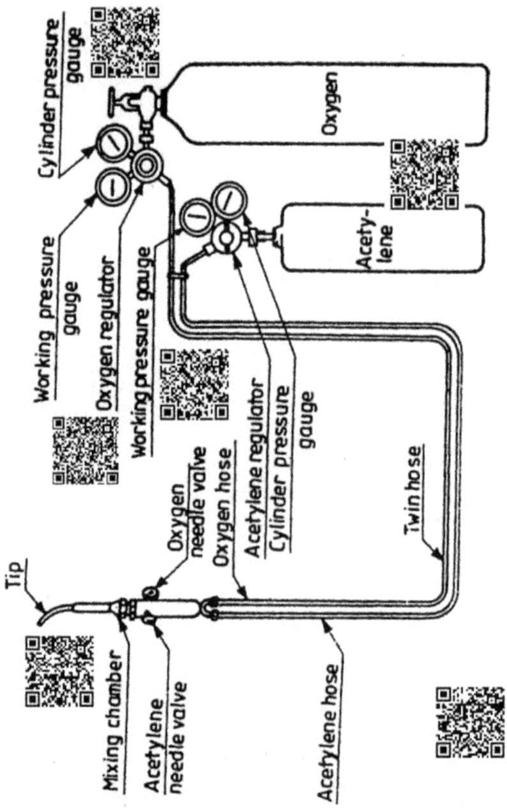

Oxy Acetylene Welding

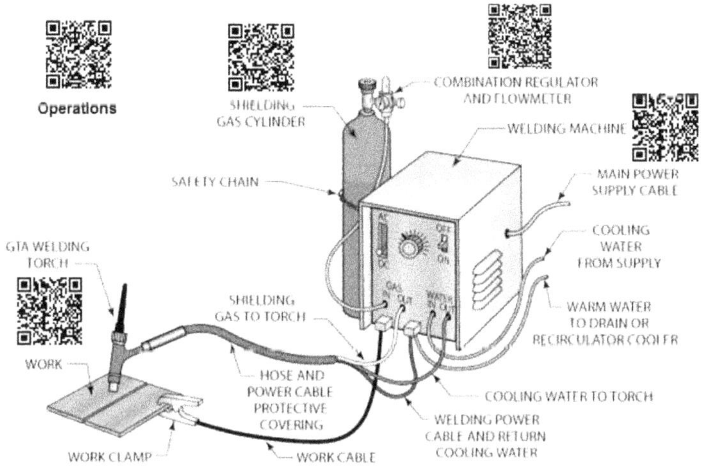

GTAW EQUIPMENT
(GAS TUNGSTEN ARC WELDING)

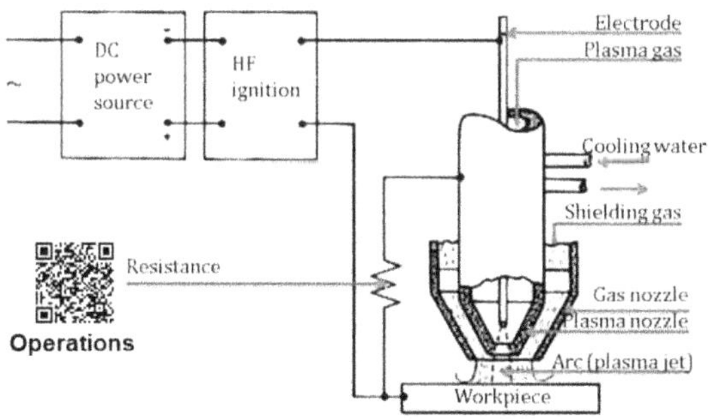

Plasma Transferred Arc Welding

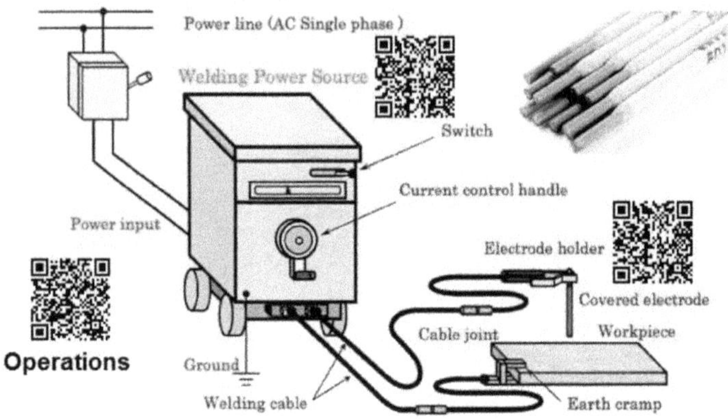

Shielded Metal Arc Welding

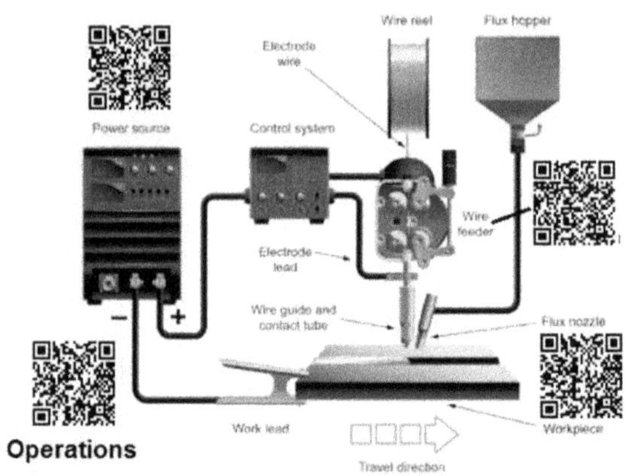

Submerged Arc Welding

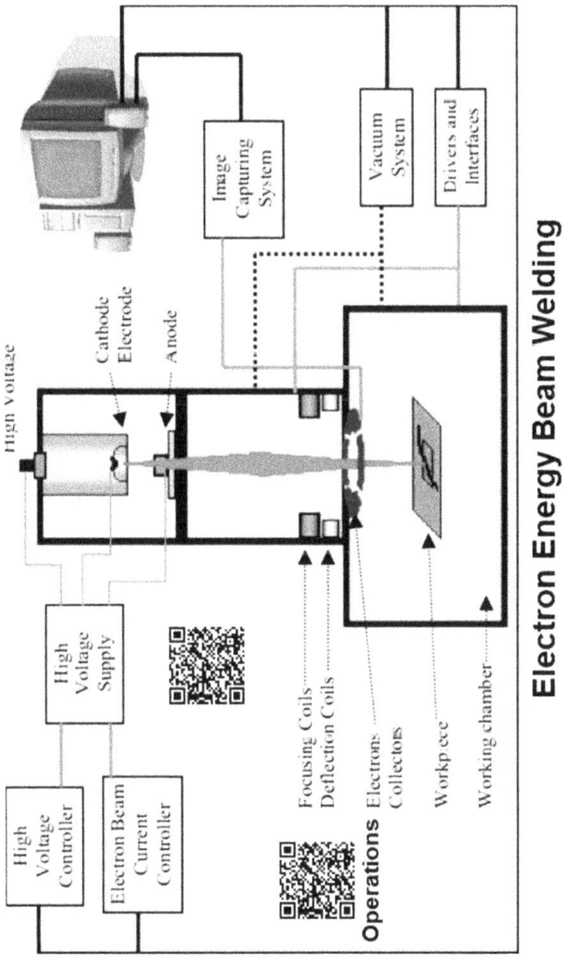
High Voltage Controller
Electron Beam Current Controller
High Voltage Supply
High Voltage
Cathode Electrode
Anode
Image Capturing System
Vacuum System
Drivers and Interfaces
Operations
Focusing Coils
Deflection Coils
Electrons Collectors
Workpiece
Working chamber
Electron Energy Beam Welding

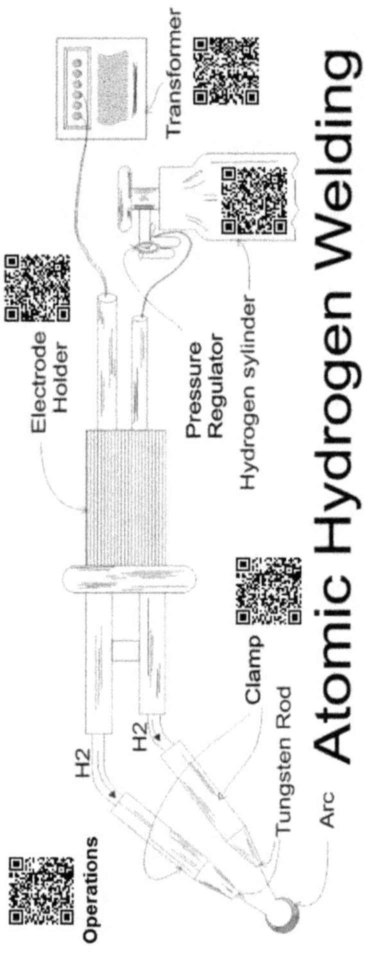

Atomic Hydrogen Welding
Transformer
Electrode Holder
Pressure Regulator
Hydrogen sylinder
Clamp
Tungsten Rod
Arc
H2
H2
Operations

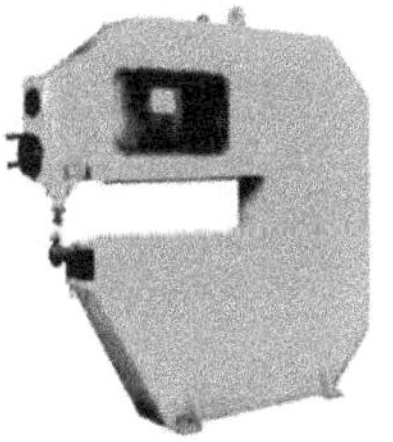

nibbling machine

slant notch

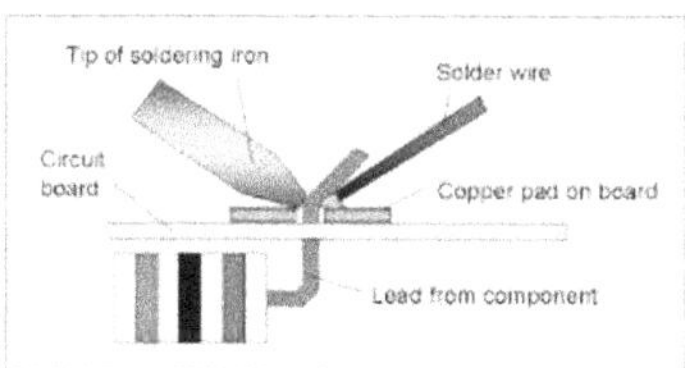

soldering

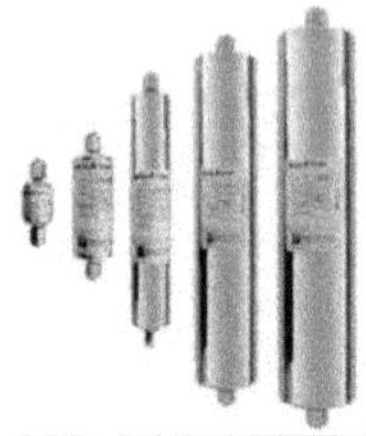

acytiline gas purifier

hydraulic back pressure valve

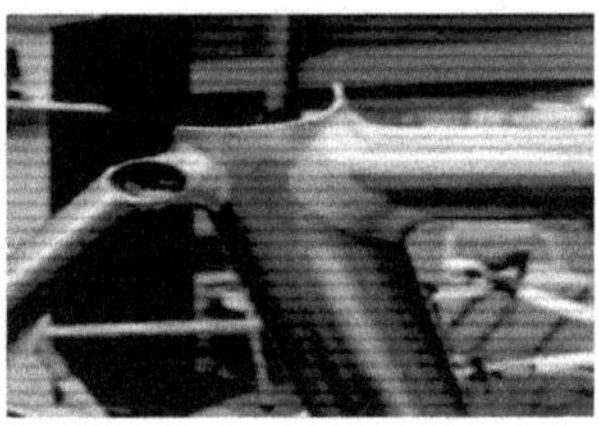

bronze welding

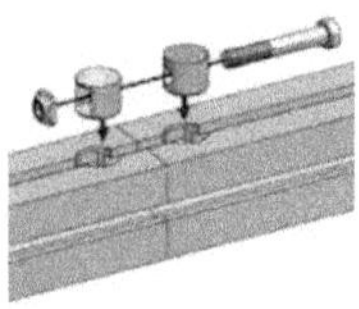

aluminium butt joint

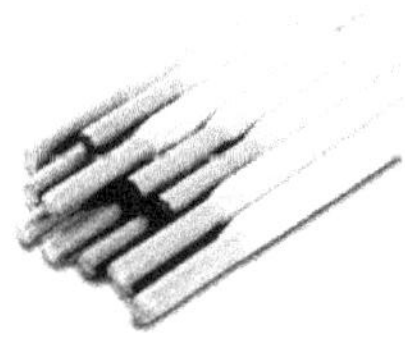

coated electrodes

dc welding generator

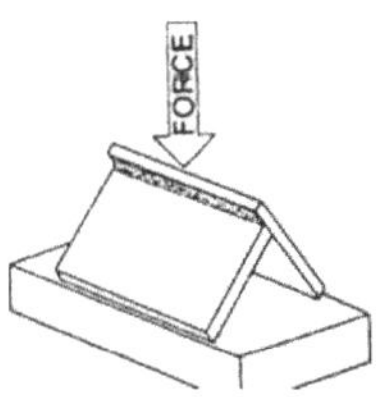

nick break test

pipe welding

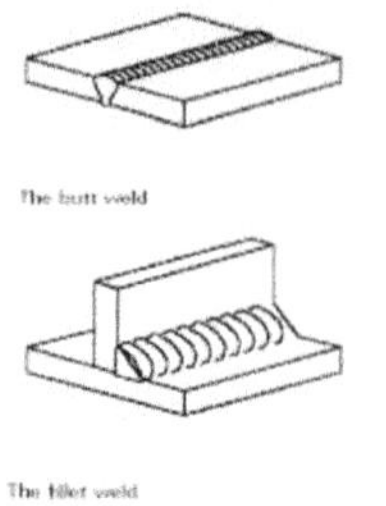

Figure 1 The two basic types of weld

welding joints

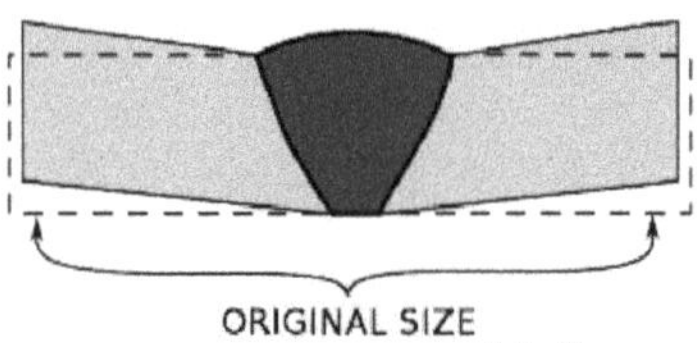

distortion

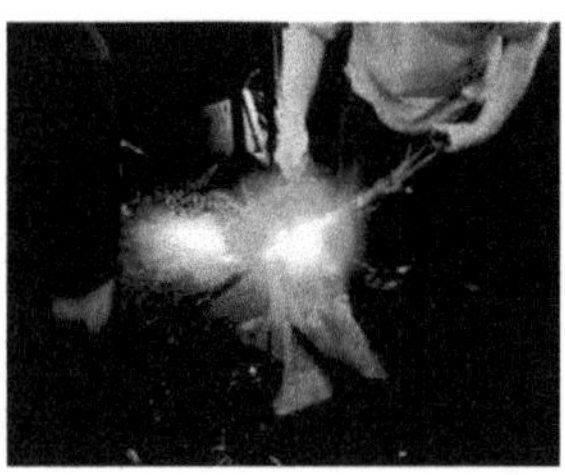

forge welding

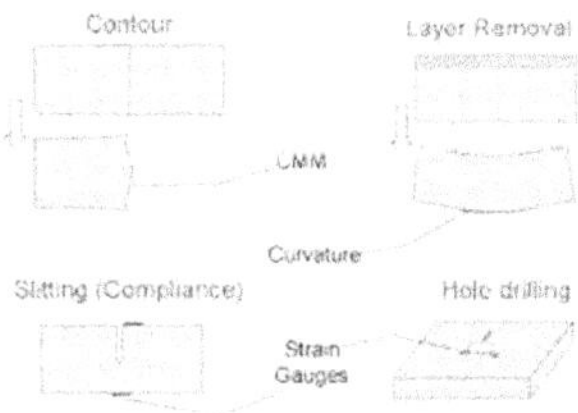

residual stresses

gas welding

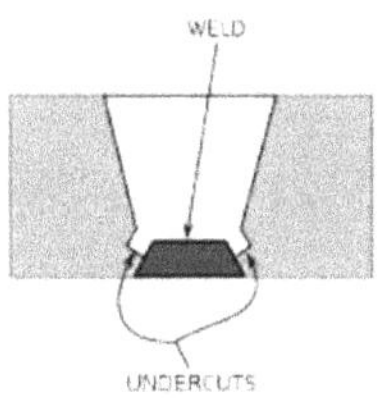

welding defects

Enter Caption

2

वेल्डर मराठी MCQ

कार्यशाळा सुरक्षा कोणती आहे?

अ] दुकानातीलमजलास्वच्छआणिग्रीस, तेलकिंवाइतरनिसरड्यापदार्थांपासूनमुक्तठेवा

ब] वेग बदलण्यापूर्वी मशीन थांबवा

C] फटाके किंवा चिरलेली साधने वापरू नका

ड] धावणारे मशीन हाताने थांबवण्याचा प्रयत्न करू नका

२] पर्सनल प्रोटेक्ट इक्विपमेंटमध्ये (पीपीई] हेल्मेट वापरले जाते

अ] डोकेसंरक्षितकरा

ब] डोळ्यांचे रक्षण करा

क] हातांचे संरक्षण करा

ड] कानांचे रक्षण करा

3] खालीलपैकी कोणते सामान्य सुरक्षिततेशी संबंधित आहे?

A चांगल्या वृत्तीचा कार्यकर्ता ठेवा

ब] काम स्वच्छ आणि स्पष्ट

क] आपल्या कामावर लक्ष केंद्रित करा

ड] मजलाआणिगँगवेस्वच्छआणिस्वच्छठेवा

4] दळताना डोळ्यांच्या संरक्षणासाठी कोणता वापर केला जातो?

अ] गडद हिरवा काच

ब] मुखवटा

क] सूर्याचा चष्मा

ड] सुरक्षागॉगल

5] खालीलपैकी कोणते मशीन सुरक्षिततेसाठी केले जाते?

अ] मशीनसुरूकरण्यापूर्वीतेलाचीपातळीतपासा

ब] पद्धतशीर पद्धतीने कामे करा

क] फरशी आणि गँगवे स्वच्छ आणि स्वच्छ ठेवा

ड] डाय आणि स्कार्फ वापरू नका

6] ln पर्सनल प्रोटेक्ट इक्विपमेंट (PPE], 'स्लीव्हज'चा वापर संरक्षणासाठी केला जातो ----------

चेहरा

ब] डोळे

क] कान

<u>ड] हात</u>

7] ABC म्हणजे --------------

अ] स्वयंचलित श्वास नियंत्रण

ब] स्वयंचलित रक्त नियंत्रण

<u>क] वायुमार्गातीलश्वासोच्छवासाचेअभिसरण</u>

ड] स्वयंचलित रक्त परिसंचरण

8] आग आणि आग विझवणारे

fire extingusher Fire Extingusher

अग्नीरोधक

9] "वर्ग ब" आग विझवण्यासाठी अग्निशामक यंत्राचे प्रकार वापरले जातात ....

<u>अ] कोरडीशक्ती</u>

ब] कार्बन डायऑक्साइड

क] पाण्याचा जेट

ड] फोम प्रकार

10] सामान्य आग विझवण्यासाठी कोणत्या प्रकारचे अग्निशामक यंत्र वापरले जाते?

<u>अ] पाण्याचेप्रकारविझविण्याचेयंत्र</u>

ब] फोम प्रकार एक्टिंग्विशर

क] कोरडी रासायनिक पावडर एक्टिंग्विशर

D] कार्बन डायऑक्साइड (C02] एक्टिंग्विशर

11] रक्तस्त्राव झाल्यास उपचार घ्या

डी] थंड 3" आणि विश्रांती

<u>अ] थंडपाण्याचीफवारणीकरा</u>
ब] लगेच मलमपट्टी -----.
ब] अपघात विचार उपचार बद्दल चौकशी
safety workshop safety

12] अपघात झाल्यास, पीडितेने आय.एम
अ] विश्रांती घेण्यास सांगितले
<u>क] तात्काळहजरझाले</u>
डी] त्याला सोडा
13] जखमी किंवा आजारी व्यक्तीला प्राथमिक उपचार दिले जातात....
अ] जीव वाचवा
ब] मफचा पुढील बिघाड टाळा
क] शक्य तितका आराम द्या
<u>ड] हेसर्व</u>
14] कचरा पेपर वेगळे करण्यासाठी डब्यांचा कलर कोड ----- आहे.
<u>अ] निळारंग</u>
ब] पिवळा रंग
क] लाल रंग
ड] हिरवा रंग
15] जपानी भाषेत सेको म्हणजे --------------
<u>अ] चमकणे</u>
ब] क्रमवारी लावा
क] प्रमाणीकरण
ड] टिकवणे
16] SS प्रणालीचा फायदा ------ आहे.
अ] उत्पादकतेत वाढ
ब] गुणवत्तेत वाढ
क] वेळेचा अपव्यय कमी करणे
<u>ड] हेसर्व</u>
17] सुरक्षा म्हणजे -----------

अ] कोणाचाही व्यवसाय नाही

<u>ब] प्रत्येकशरीराचाव्यवसाय</u>

क] काही शरीर व्यवसाय

ड] संस्थेचा व्यवसाय

18] मूलभूत श्रेणींसाठी सुरक्षा चिन्हे उपलब्ध आहेत "निषेध" चिन्हाचा अर्थ ----

<u>अ] दाखवतेकीतेकेलेजाऊनये</u>

ब] काय केले पाहिजे ते दाखवते

क] धोक्याची किंवा धोक्याची चेतावणी देते

ड] सुरक्षा तरतुदीची माहिती देते

18] एक मायक्रोमीटर (U] समान आहे...

अ] 0.1 मि.मी

ब] ०.०१ मिमी

C] <u>0.001 मिमी</u>

ड] 0.0001 मिमी

19] स्लॉटची रुंदी मोजण्यासाठी कॅलिपर म्हणजे...

अ] विषम पाय कॅलिपर

ब] बाहेरील कॅलिपर

C] जेनी कॅलिपर

ड] <u>कॅलिपरच्याआत</u>

<u>caliper</u> <u>hand tools</u>

कॅलिपर

20] विभाजकांचा आकार ----------- द्वारे निर्दिष्ट केला जातो.

अ] पायांची एकूण लांबी

ब] पूर्णपणे उघडल्यावर बिंदूमधील अंतर

क] बिंदू नसलेल्या पायांची लांबी

<u>D] पिव्होटआणिबिंदूमधीलअंतर</u>

21] समांतर रेषा चिन्हांकित करण्यासाठी वापरलेले साधन आहे, डेटाम काठाच्या समांतर आहे -

<u>अ] जेनीकॅलिपर</u>

ब] विभाजक

क] बाहेरील कॉलीपर

ड] कॅलिपरच्या आत

22] खालीलपैकी कोणते एक अप्रत्यक्ष मोजण्याचे साधन आहे?

अ] बाहेरीलकॅलिपर

ब] व्हर्नियर कॅलिपर

क] पोलादी नियम

ड] बाहेरील मायक्रोमीटर

23] पातळ नळ्या कापण्यासाठी, हॅकसॉ ब्लेडची सर्वात योग्य पिच आहे...

अ] 1.8 मिमी

ब] 1.4 मिमी

क] 1 मि.मी

ड] 0.8 मि.मी

24] ठोस पितळ कापण्यासाठी, हॅकसॉ ब्लेडची सर्वात योग्य पिच आहे...

अ] 1.8 मिमी

ब] 1.4 मिमी

क] 1 मि.मी

ड] 0.8 मि.मी

hacksaw Hacksaw Frame Blade

हॅकसॉ फ्रेम

25] काही स्ट्रोक नंतर एक नवीन हॅकसॉ ब्लेड मुळे सैल होते ...

अ] ब्लेडचेताणणे

ब] विंग-नट धागे जीर्ण होत आहेत

क] ब्लेडची चुकीची खेळपट्टी

ड] करवतीच्या संचाची अयोग्य निवड.

26] लहान व्यासाचे पाईप्स कापताना, नियमितपणे पाहणे आणि याची खात्री करणे उचित आहे ...

अ] कट वक्र रेषेच्या बाजूने आहे

ब] <u>अधिककरवतीचेदातआकुंचनपावलेआहेत</u>
क] काम जास्त तापलेले नाही
ड] हॅकसॉचे योग्य संतुलन राखले जाते
27] व्हाइस क्लॅम्पचा वापर यासाठी केला जातो...
अ] कठीण जबड्याचे रक्षण करा
ब] कामाचे तुकडे कडकपणे घट्ट करा
क] <u>तयारपृष्ठभागसंरक्षितकरा</u>
ड] जंगम जबडा दाखल होण्यास प्रतिबंध करा
28] चिन्हांकित करताना संदर्भ पृष्ठभाग प्रदान केला जातो ...
अ] पृष्ठभाग मापक
ब] वर्कपीस
क] कामाचे रेखाचित्र
D] <u>मार्किंगटेबलपृष्ठभाग</u>
29] अभियंत्याच्या वाइसचा आकार द्वारे निर्दिष्ट केला जातो ...
अ] जंगम जबड्याची लांबी
ब] <u>जबड्याचीरुंदी</u>
क] दुर्गुणाची उंची
ड] जबडा जास्तीत जास्त उघडणे
31] स्क्राइबर बनलेले आहेत ...
अ] सौम्य पोलाद
ब] <u>उच्चकार्बनस्टील</u>
क] पितळ
ड] कास्ट लोह
32] हँडल फिक्स करण्यासाठी वापरल्या जाणाऱ्या हातोड्याचा भाग...
चेहरा
ब] पेन
क] गाल
ड] <u>डोळाछिद्र</u>
33] चिन्हांकित करण्याच्या हेतूने हातोड्याचे वजन आहे ...
अ] <u>250 ग्रॅम</u>
ब] 500 ग्रॅम
क] १ किग्रॅ
ड] 2 किग्रॅ

hammer Hammers

हातोडा

34] डिव्हायडर्सचा आकार द्वारे निर्दिष्ट केला जातो ...

अ] पायांची एकूण लांबी

ब] पूर्णपणे उघडल्यावर बिंदूंमधील अंतर

क] बिंदूंशिवाय पायांची लांबी

D] पिव्होटआणिबिंदूमधीलअंतर

35] ‘V’ ब्लॉकच्या खोबणीचा समाविष्ट केलेला कोन नेहमीच असतो....

अ] ४५०

ब] ६००

क] ९००

ड] 120०

36] ‘V’ ब्लॉक्सच्या ग्रेडमध्ये उपलब्ध आहेत...

अ] अआणिब

ब] अ, ब आणि क

क] १,२ आणि ३

ड] १ आणि २

37] ‘B’ ग्रेडचे ‘V’ ब्लॉक बनलेले आहेत

अ] कास्टलोह

ब] सौम्य पोलाद

क] पोलाद

ड] कास्ट स्टील

38] केंद्र शोधण्यासाठी वापरलेल्या पंचाचे नाव सांगा.

अ] प्रिक पंच ३०°

ब] प्रिक पंच ६०°

क] केंद्रपंच

ड] डॉट पंच

Centre punch 1 Punches

मध्यभागी पंच

39] कैंद्र पंचाचा बिंदू कोन -------- आहे.

अ] ३०°

ब] ५०°

<u>c] 900</u>

ड] 1200

40] पंचांचा वापर --------- कोणत्याही आकाराचा बनवण्यासाठी केला जातो

<u>अ] छिद्र</u>

ब] खाण

C] Knurling

ड] रीमिंग

41] साधारणपणे वाइसच्या हँडलची लांबी ---------- असते.

अ] वाइसच्या सामान्य आकाराच्या 1.5 पट

<u>ब] वाइसच्यासामान्यआकाराच्या 2.5 पट</u>

क] वाइसच्या सामान्य आकाराच्या 3.5 पट

ड] वाइसच्या सामान्य आकाराच्या 4.5 पट

bench vice Bench Vice

खंडपीठ उपाध्यक्ष

42] बेंच व्हाईस स्पिंडल .... चे बनलेले असते.

अ] सौम्यपोलाद

ब] कास्ट लोह

क] साधन स्टील

ड] कांस्य

43] फाइल्सची उत्तलता मदत करते...

अ] अवतल पृष्ठभाग फाइल करण्यासाठी

ब] बहिर्वक्र पृष्ठभाग फाइल करण्यासाठी

क] कामाच्याकडागोलाकारटाळण्यासाठी

D] दाब लागू झाल्यावर सरळ होणारी फाईल

files 1 Files

फाईल्स

44] लाकूड, चामडे आणि इतर मऊ साहित्य भरण्यासाठी कोणती फाईल वापरली जाते?

अ] सिंगल कट फाइल

ब] डबल कट फाइल

c] रास्पकटफाइल

ड] वक्र कट फाइल

45] वापरलेली फाईल ------------ साठी वापरली जाते.

अ] कामाचा तुकडा साफ करणे

क] फाईलचे दात नूतनीकरण करणे

ब] फाईलचेदातसाफकरणे

ड] चिप्स साफ करणे

४६] फाइल कार्ड -------- यासाठी वापरले जाते.

अ] कामाचा तुकडा स्वच्छ करा

C] फाईलचे दात नूतनीकरण करा

ब] फाईलचेदातस्वच्छकरा

47] लेखकाचा बिंदू कोन ----------- आहे.

अ] ३०°

ब] ६०°

C] 5° ते 10°

D] 12° ते 15°

21] सरळ स्निपसाठी कटिंग अँगल आहे...

अ] 60◦

ब] 70◦

क] ८२◦

ड] ८७◦

22] आयताकृती ट्रे विकसित करण्यासाठी विकासाची कोणती पद्धत वापरली जाते?

अ] त्रिकोणी पद्धत

ब] रेडियल लाइन पद्धत

क] समांतररेषापद्धत

डी] चाचणी आणि त्रुटी पद्धत

23] हँड लेव्हल शीअरच्या वरच्या ब्लेडच्या चाकूच्या कटिंग एजचे प्रोफाइल काय आहे?

अ] वक्र

ब] सरळ

क] कललेला

ड] बेवेल्ड

24] शीट मेटलच्या कामात ग्रूव्हरचा वापर कोणत्या कारणासाठी केला जातो?

अ] हेम बनवणे

ब] खोबणी करणे

सी] सीमबंदकरणेआणिलॉककरणे

ड] मजबुतीला मग नोकरीची किनार

25] तीक्ष्ण वाकणे, शीट मेटलच्या कडा दुमडणे यासाठी कोणता भाग निवडायचा आहे?

अ] हॅचेटस्टेक

ब] चोचीचा लोखंडाचा भाग

क] चौरस धार भागभांडवल

ड] टिनमॅनचा एव्हील स्टेक

26] अमोनियम क्लोराईडचा वापर सोल्डरिंगसाठी फ्लक्स म्हणून केला जातो ...

अ] पोलाद

ब] ॲल्युमिनियम

क] गॅल्वनाइज्ड लोह

ड] स्टेनलेस स्टील

27] पाईप टी जॉइंटचे लीक प्रूफ सांधे तयार करण्यासाठी आणि पूर्ण करण्यासाठी वापरल्या जाणाऱ्या साधनाचे नाव सांगा

अ] चर

ब] सेटिंग हातोडा

क] क्रिझिंग हातोडा

ड] गोल तळाचा भाग

28] खालीलपैकी कोणता धातू क्ष-किरणांमधून जाऊ देत नाही?

अ] स्टेनलेस स्टील

ब] ॲल्युमिनियम

क] आघाडी

ड] कथील

nibbling machine wd Nibbling machine

निबलिंग मशीन

29] निबलिंग मशीनमध्ये कटिंग एजच्या वर आणि खाली कंपनाची वारंवारता आहे ...

अ] 1000 ते 1500 वेळा

ब] 1500 ते 2500 वेळा

क] 2800 ते 3000 वेळा

ड] 3000 ते 3500 वेळा

30] पाईप टी जॉइंटच्या मुख्य पाईपसह शाखा पाईपची लंबता तपासण्यासाठी वापरल्या जाणाऱ्या उपकरणाचे नाव द्या.

अ] संरक्षक

ब] चौरसप्रयत्नकरा

क] आत्म्याची पातळी

ड] सरळ धार

slant notch wd Slant notch

तिरकस खाच

31].एकल हेम काटकोनात भेटल्यावर कोणत्या प्रकारची खाच वापरली जाते?

अ] व्ही खाच

ब] स्लिट खाच

क] तिरकसखाच

ड] चौकोनी खाच

32] लहान छिद्र कापण्यासाठी कोणते पंच आणि डाई प्रकारचे मशीन वापरले जाते?

अ] कातरणे प्रकार निबलर

ब] पंचप्रकारनिबलर

क] गोलाकार कटिंग मशीन

ड] गिलोटिन कातरण्याचे यंत्र

33] ब्लो पाईप नोजलचे जास्त गरम होणे टाळले पाहिजे कारण ते होईल

अ] पाठीमागेआगलागणे

ब] जास्त ऑक्सिजन आणि ऍसिटिलीन वापरतात

सी] संयुक्त मध्ये दोष माध्यमातून बर्न तयार

ड] संयुक्त मध्ये अंडरकट दोष निर्माण करा

३४] ३.१५ मिमी जाड सौम्य स्टील शीट वेल्ड करण्यासाठी तुम्ही निवडलेल्या नोजलचा आकार सांगा

अ] ३

B.5

क] ७

ड] १०

35] वेल्डिंग पितळासाठी कोणत्या प्रकारची ज्योत लावायची आहे...

अ] वायु ऍसिटिलीन ज्वाला

ब] तटस्थ ज्योत

क] ऑक्सिडायझिंगज्वाला

ड] carburizing ज्योत

36] लेफ्टवर्ड तंत्र वापरून गॅस वेल्डिंगसाठी शिफारस केलेल्या सौम्य स्टील शीटची जास्तीत जास्त जाडी किती आहे?

अ] 12 मिमी

ब] 10 मि.मी

क] 8 मि.मी

ड] 5 मि.मी

37].फिलेट वेल्डच्या मुळे आणि पायाचे बोट यांच्यातील अंतराला...

अ] मूळ अंतर

ब] पायाचीलांबी

क] मजबुतीकरण

ड] घसा जाड

38] सौम्य स्टील शीटची किनार आणि पृष्ठभागाच्या अयोग्य साफसफाईमुळे उद्‌भवलेल्या वेल्ड दोषाचे नाव द्‌या

अ] मुळांच्या प्रवेशाचा अभाव

ब] जाळणे

क] अंडरकट

ड] सच्छिद्रता

39] खालीलपैकी कोणता धातूचा यांत्रिक गुणधर्म खेचणाऱ्या शक्तींना प्रतिकार देतो?

अ] कणखरपणा

ब] लवचिकता

क] कडकपणा

ड] तन्यशक्ती

40] डाव्या बाजूच्या वेल्डिंग तंत्रात वेल्डच्या रेषेपर्यंतच्या पाईपचा कोन...

अ] 40 ते 50◦

ब] 50 ते 60◦

क] 60 ते 70◦

ड] 70 ते 80◦

41] 10mm MS प्लेट गॅस कापण्यासाठी ऍसिटिलीन वायूचा दाब...

A] 0.15 kgf/cm2

B] 0.5 kgf/cm2

C] 1.0 kgf/cm2

D] 1.5 kgf/cm2

42] 10 मिमी जाड सौम्य स्टील कापण्यासाठी तुम्ही कोणत्या आकाराच्या कटिंग नोजलची निवड कराल?

अ] 0.8 मिमी

ब] 1.2 मिमी

क] 1.6 मिमी

ड] 2.0 मिमी

43] उजवीकडील वेल्डिंग तंत्राच्या बाबतीत फिलर रॉडचा कोन आहे...

अ] 10 ते 20◦

ब] 20 ते 30◦

क] 30 ते 40◦

ड] 40 ते 50◦

44] गॅस वेल्डिंगच्या उच्च दाब प्रणालीचा एक फायदा म्हणजे...

अ] ते स्वस्त आहे

ब] तेपोर्टेबलआहे

क] ते कमी धोकादायक आहे

ड] यासाठी कुशल वेल्डरची आवश्यकता नाही

soldering

wd Soldering

सोल्डरिंग

45] एमएस शीट्सचे सोल्डरिंग तापमानात होते...

अ] 150◦C

ब] 250◦C

C] 400◦C

ड] 850◦C

46] फोर्ज वेल्डिंग असे वर्गीकृत केले आहे ...

अ] दाबाशिवाय फ्यूजन वेल्डिंग

ब] दाबासहफ्यूजनवेल्डिंग

C] दबावाशिवाय नॉन-फ्यूजन वेल्डिंग

D] दबावासह नो-फ्यूजन वेल्डिंग

47] गॅस रेग्युलेटरचे कार्य आहे...

अ] विविध प्रकारच्या ज्वाला मिळवा

ब] वायू आवश्यक प्रमाणात मिसळा

C] ब्लो पाईपमध्ये वाहणाऱ्या वायूचे प्रमाण बदला

डी] कामाचादबावसेटकरा

48] लॅप फिलेट जॉइंटला उभ्या स्थितीत वायूद्वारे वेल्डिंगसाठी वेल्डच्या रेषेला खालील पाईपचा कोन किती असावा?

अ] 30◦ ते 40◦

ब] 45◦ ते 50◦

क] 60◦ ते 70◦

ड] 75◦ ते 80◦

49] दोषाचे नाव सांगा, ज्यामध्ये वेल्ड मेटल बेस मेटलच्या पृष्ठभागावर फ्यूज न करता वाहते.

अ] खड्डा

ब] ओव्हरलॅप

क] संलयनाचा अभाव

ड] जास्त बहिर्वक्रता

50] गॅस वेल्डिंगद्वारे 3.15 मिमी MS> शीटवर टी जॉइंट वेल्डिंग करताना दोन शीटमधील ब्लो पाईपचा कोन किती असावा?

अ] ३०◦

ब] ४५◦

क] 60◦

ड] 80◦

51] स्फोट टाळण्यासाठी एसिटिलीन वायू पास करण्यासाठी कोणत्या धातूच्या पाईपचा वापर करू नये?

अ] गॅल्वनाइज्ड लोह

ब] स्टेनलेस स्टील

क] सौम्य स्टील

ड] <u>कूपर</u>

52] ॲसिटिलीन वायूमध्ये कार्बनची टक्केवारी आहे...

अ] ९९%

ब] <u>92.3%</u>

क] ८९.१%

ड] ८५.३%

53] ॲसिटिलीन वायूचा समावेश होतो

अ] कॅल्शियम, कार्बन आणि हायड्रोजन

ब] कॅल्शियम आणि हायड्रोजन

C] कॅल्शियम, कार्बन, हायड्रोजन आणि ऑक्सिजन

D] <u>कार्बनआणिहायड्रोजन</u>

<u>acytiline gas purifier</u> <u>wd Acytiline gas purifier</u>

<u>एसिटिलीनगॅसप्युरिफायर</u>

54] एसिटिलीन प्युरिफायरमध्ये सल्फरेटेड आणि फॉस्फोरेटेड हायड्रोजन काढून टाकले जातात ...

अ] प्युमिस

ब] पाणी

क] फिल्टर लोकर

डी] <u>शुद्धकरणारेरसायने</u>

55]. हायड्रॉलिक बॅक प्रेशर व्हॉल्व्ह वापरले जाते...

अ] ऑक्सिजन वायूचा दाब वाढतो

ब] एसिटिलीन वायूचा दाब वाढतो

C] <u>मागच्याआगीचाधोकाटाळा</u>

ड] ऑक्सिजनचा दाब कमी होतो

hydraulic back pressure valve wd Hydraulic back pressure valve

हायड्रॉलिक बॅक प्रेशर वाल्व

56] MS पाईप एल्बो जॉइंटला 3WT सह वेल्ड करण्यासाठी आवश्यक नोझल आकार पूर्ण खोलीत फ्यूजन आणि चांगला प्रवेश मिळवण्यासाठी आहे...

अ] ५

ब] <u>७</u>

क] १०

ड] १३

57] पाईप वेल्डिंगसाठी नोजलची निवड यावर अवलंबून असते ...

अ] खोबणीचा कोन

ब] वेल्डिंग स्थिती

क] <u>पाईपभिंतीचीजाडी</u>

डी] पाईपचा व्यास

58] गॅस वेल्डिंगमधील फ्लक्सचे एक कार्य म्हणजे...

अ] <u>धातूचेऑक्साईडविरघळतात</u>

ब] मानसिक वितळण्याचे बिंदू कमी करा

C] ज्वालाचे तापमान वाढवा

ड] मुळांचा प्रवेश वाढवा

59] कास्ट आयर्न वेल्डिंगसाठी सिंगल वीच्या वी ग्रूव्हचा कोन परंतु संयुक्त ...

अ] 60◦

ब] 70◦

क] 80◦

ड] <u>90◦</u>

60] गॅस वेल्डिंगसाठी फ्लक्सची निवड खालीलपैकी कोणत्या घटकांवर अवलंबून असते?

अ] <u>सामीलहोण्यासाठीसामग्रीचाप्रकार</u>

ब] धार प्रवेशाचा प्रकार

C] इंधन वायूचा प्रकार

ड] ज्वालाचा प्रकार वापरला

61]. कांस्य वेल्ड 10 मिमी जाड कास्ट आयर्न जॉबसाठी नोजलचा आकार काय आहे?

अ] ५

ब] ७

क] <u>१०</u>

ड] १३

bronze welding

wd Bronze welding
Brazing

कांस्य वेल्डिंग

62] कास्ट आयर्नच्या कांस्य वेल्डिंगसाठी योग्य फिलर रॉड सांगा

अ] पितळ

ब] <u>सिलिकॉनकांस्य</u>

C] मँगनीज कांस्य

डी] सुपर सिलिकॉन कास्ट आयर्न

63] कास्ट आयर्नच्या कांस्य वेल्डिंगमध्ये, बेस मेटल तापमानापर्यंत गरम केले जाते ...

A] 300◦C

ब] 650◦C

C] 1000◦C

ड] 1300◦C

64] तांब्याच्या फ्यूजन वेल्डिंगसाठी वापरल्या जाणाऱ्या फिलर रॉडचे नाव सांगा

अ] मँगनीज ब्राँझ रॉड

ब] तांबेचांदीमिश्रधातुरॉड

C] सिलिकॉन ब्राँझ रॉड

ड] शुद्ध तांब्याची काठी

65] 300 मिमी लांब कॉपर बट जॉइंट गॅस वेल्डिंगसाठी आवश्यक विचलन भत्ता...

अ] 1 ते 2 मि.मी

ब] 2 ते 3 मि.मी

क] 3 ते 4 मि.मी

ड] 4 ते 5 मि.मी

66] 4 मिमी जाड कॉपर बट जॉइंट गॅस वेल्डिंगसाठी धार तयार करण्याचा प्रकार आहे ...

अ] सिंगल बेवेल

ब] एकलव्ही

क] दुहेरी व्ही

ड] चौरस

67] 3.15 मिमी जाडीच्या तांब्याच्या बट जॉइंटच्या कांस्य वेल्डिंगसाठी वापरल्या जाणाऱ्या नोजलचा आकार...

अ] ५

ब] ७

क] १०

ड] १३

68] 3 मिमी जाड ब्रास शीटवर बट जॉइंट वेल्डिंगसाठी आवश्यक फिलर रॉड आकार सांगा

अ] 1.6 मिमी

ब] 2 मि.मी

क] 2.5 मिमी

ड] 3 मिमी

६९] ३ मिमी जाड ब्रास शीट वेल्डिंगसाठी No] ३ नोझल वापरल्यास जो वेल्ड दोष निर्माण होईल त्याचे नाव द्या

अ] अंडरकट

ब] जाळणे

क] सच्छिद्रता

ड] प्रवेशाचाअभाव

wd Aluminium butt

aluminium butt joint joints

ॲल्युमिनियमबटसंयुक्त

70] गॅस वेल्ड करण्यासाठी वापरल्या जाणाऱ्या नोजलचा आकार 3.15 मिमी जाड ॲल्युमिनियम बट जॉइंट आहे ...

अ] १३

ब] १०

क] ७

ड] 5

71] बट जॉइंट म्हणून 2 मिमी जाड स्टेनलेस स्टील शीट वेल्डिंगसाठी वापरल्या जाणाऱ्या नोजलचा आकार...

अ] २

ब] ३

क] ५

ड] ७

72] ॲल्युमिनियमच्या गॅस वेल्डिंगसाठी प्रीहिटिंग तापमानाचे मूल्य काय आहे?

A] 100 ते 120◦C

ब] 150 ते 180◦C

C] 180 ते 200◦C

ड] 210 ते 250◦C

73] सोल्डरिंग ऑपरेशनमध्ये बेस मेटल...

अ] गरमहोतनाही

ब] 200◦C पर्यंत गरम केले जाते

C] 650◦C पर्यंत गरम

डी] लाल गरम स्थितीत गरम

74] भिन्न धातूंच्या वेल्डिंगसाठी, दोन्ही धातूंच्या खालील गुणधर्मांमध्ये विस्तृत फरक नसावा

अ] लवचिकता

ब] तन्य शक्ती

क] <u>थर्मलविस्तार</u>

ड] प्रतिरोधक पोशाख

75] MS] शीट्सच्या ब्रेझिंगसाठी वापरल्या जाणाऱ्या फ्लक्सचे नाव सांगा

अ] हायड्रोक्लोरिक आम्ल

ब] झिंक क्लोराईड

क] उंच राळ

ड] <u>बोरॅक्स</u>

76] प्रोग्रेसिव्ह गॉगिंगमध्ये 30◦ च्या सुरुवातीच्या कोनातून गॉगिंग टॉर्चचा कोन कोणत्या कोनात कमी केला जातो?

अ] 20 ते 25◦

ब] 15 ते 20◦

क] 10 ते 15◦

ड] <u>5 ते 10◦</u>

77] थर्मिट वेल्डिंगमध्ये वापरल्या जाणाऱ्या थर्मिट मिश्रणाला सुरुवातीच्या तापमानात प्रज्वलित केले जाऊ शकते.

A] 1500◦C

ब] <u>1200◦C</u>

C] 1000◦C

ड] 500◦C

78] शील्डेड मेटल आर्क वेल्डिंगचे वर्गीकरण प्रक्रिया अंतर्गत केले जाते ...

अ] इलेक्ट्रिक रेझिस्टन्स वेल्डिंग

ब] विशेष वेल्डिंग

C] <u>इलेक्ट्रिकआर्कवेल्डिंग</u>

ड] इलेक्ट्रो गॅस वेल्डिंग

79] इलेक्ट्रोड होल्डरचा आकार कसा सांगायचा?

अ] त्याच्या वजनाने

ब] त्याच्या आकारानुसार

C] त्याच्यावर्तमानवहनक्षमतेनुसार

ड] ते तयार करण्यासाठी वापरल्या जाणार्या धातूद्वारे

80] 3.15 मिमी मध्यम लेपित सौम्य स्टील इलेक्ट्रोडसाठी वर्तमान संच आहे...

A] 50 ते 80 amp

B] 90 ते 120 amp

C] 120 ते 150 amp

ड] 150 ते 170 amp

81] वेल्डेड करायच्या धातूंच्या पृष्ठभागावरील तेल, वंगण आणि रंग काढून टाकण्यासाठी तुम्ही साफसफाईची कोणती पद्धत वापराल?

अ] दाखल करणे

ब] वायर घासणे

क] थंड पाण्याने धुणे

डी] पातळकेलेल्याहायड्रोक्लोरिकॲसिडचेसॉल्व्हेंट्सवापरणे

82] इलेक्ट्रोड कोडिंग ER4211 मध्ये, क्रमांक 4211 चा तिसरा अंक दर्शवितो....

अ] वेल्डिंग करंट आणि व्होल्टेजची स्थिती

ब] वाढवणे आणि प्रभाव गुणधर्म

क] सांध्याची तन्य शक्ती

ड] वेल्डिंगस्थिती

83] एक लांब चाप वापरला जातो ...

अ] कमी हायड्रोजन इलेक्ट्रोडसह वेल्डिंग

ब] क्षैतिज स्थिती

C] प्लगकिंवास्लॉटवेल्डिंग

ड] कास्ट आयर्न वेल्डिंग

84] इलेक्ट्रोडचा प्रवास वेग जास्त असल्यास, टी फिलेट जॉइंटवर कोणत्या प्रकारचे वेल्ड दोष आढळतील?

अ] ओव्हरलॅप

ब] स्लॅग समावेश

C] जास्त मजबुतीकरण

ड] मुळांच्याप्रवेशाचाअभाव

85] कव्हरिंग/फायनल रनमध्ये इलेक्ट्रोडच्या अयोग्य विणकामामुळे लॅप फिलेट जॉइंटवर कोणता वेल्ड दोष आढळतो?

अ] तडा

ब] अंडरकट

क] संलयनाचा अभाव

D] प्लेटचीधारवितळली

86] लॅप फिलेट वेल्डमध्ये असमान मण्यांची उंची असते] या दोषाचे कारण काय आहे?

अ] उच्च प्रवाहाचा वापर

ब] कमीवेल्डिंगप्रवासगती

C] इलेक्ट्रोड विणकामासाठी मनगटाच्या हालचालीचा वापर

ड] उच्च वेल्डिंग प्रवास गती

87] मध्यम लेपित इलेक्ट्रोड तयार करण्यासाठी वापरला जाणारा कोटिंग घटक आहे...

अ] १.२५ ते ३

ब] १.४ते१.५

क] १.६ ते २.२

D] 2.2 च्या वर

coated electrodes Welding Electrode & Holder

लेपित इलेक्ट्रोड

88] कोणत्या प्रकारचे कोटेड इलेक्ट्रोड सामान्य उद्देशाच्या वेल्डिंगसाठी आणि ITIs मध्ये प्रशिक्षणासाठी वापरले जातात?

अ] बेसिक लेपित

ब] लोखंडी पावडर

C] सेल्युलोसिक

ड] रुटाइल

89] एक की-होल राखणे आणि एकाच व्ही बट जॉइंटमध्ये योग्य रूट अंतर वापरणे सुनिश्चित करेल ...

अ] आर्क ब्लो इफेक्ट कमी करणे

ब] जलद धातू साठा

क] योग्यरूटप्रवेश

ड] योग्य मजबुतीकरण

90] इलेक्ट्रोडला आडव्या स्थितीत जोडाच्या खालच्या पृष्ठभागासह कोणत्या कोनात धरायचे आहे?

अ] 60◦ ते 70◦

ब] 70◦ ते 80◦

क] 80◦ ते 90◦

ड] 90◦ ते 100◦

91] कोणत्या तापमानापर्यंत ओलावा प्रभावित (ओले) इलेक्ट्रोड एका तासासाठी गरम करावे?

A] 50 ते 100◦C

ब] 110 ते 150◦C

C.160 ते 200◦C

ड] 200 ते 250◦C

92] टी फिलेट जॉइंट वेल्डिंग करताना प्लेट सादर करण्याचा उद्देश आहे...

अ] मुळात चांगला प्रवेश मिळवा

ब] विवर दोष टाळा

क] नियंत्रणविकृती

ड] नियंत्रण चाप फुंकणे

93] बट वेल्डेड जॉइंटमध्ये प्रवेशाचा अभाव यामुळे आहे ...

अ] खूप कमी वेल्डिंग गती

ब] लहान कंस लांबी

C] उच्च प्रवाह

ड] कगीप्रवाह

94].वेल्डेड करण्यासाठी प्लेट्स सादर करून कोणत्या प्रकारची विकृती नियंत्रित केली जाऊ शकते?

अ] कोनीयविकृती

ब] आडवा विरूपण

क] अनुदैर्ध्य विकृती

डी] लॉक-अप तणावामुळे विकृती

95] सौम्य स्टीलमध्ये किती टक्के कार्बन असतो?

अ] ०.०५ ते ०.१%

ब] ०.१५ते०.३%

क] ०.५ ते ०.८%

ड] ०.८ ते १.४%

96] जर उच्च कार्बन स्टील प्लेट त्याच्या उच्च गंभीर तापमानापेक्षा जास्त गरम केली गेली आणि नंतर अचानक थंड केली तर ती होईल ...

अ] annealed

ब] स्वभाव

क] कडक

डी] सामान्यीकृत

97] वेल्डेड जॉबमध्ये उपस्थित अवशिष्ट ताण होईल

अ] वेल्डची कडकपणा वाढवा

ब] वेल्डची लवचिकता कमी करणे

C] लोडलागूझाल्यावरसांधेक्रॅककरा

ड] वेल्डेड जॉइंटचे आयुष्य वाढवते

98] खालीलपैकी कोणत्या धातूची थर्मल चालकता सर्वाधिक आहे?

अ] जस्त

ब] तांबे

क] सौम्य स्टील

ड] ॲल्युमिनियम

99] खालीलपैकी कोणत्या धातूचे वितळण्याचे तापमान सर्वाधिक आहे?

अ] तांबे

ब] टंगस्टन

क] ॲल्युमिनियम

ड] सौम्य पोलाद

100] खालीलपैकी कोणते वेल्डिंग मशीन एसी आणि डीसी वेल्डिंगसाठी वापरले जाऊ शकते?

अ] इंजिन चालित वेल्डिंग जनरेटर

ब] मोटर चालित वेल्डिंग जनरेटर

C] वेल्डिंग ट्रान्सफॉर्मर

ड] वेल्डिंगरेक्टिफायर

dc welding generator　　　　Welding Transformer

डीसी वेल्डिंग जनरेटर

101] DC वेल्डिंग जनरेटरमधील भागाचे नाव जे AC पुरवठा व्होल्टेजचे DC वेल्डिंग आउटपुट व्होल्टेजमध्ये रूपांतरित करते ...

अ] आर्मेचर

ब] कम्युटेटर

क] फील्ड कॉइल

ड] कार्बन ब्रशेस

102] खालीलपैकी कोणते कारण मूळ धातूसह मणीचे संमिश्रण खराब होते?

अ] इलेक्ट्रोडचा प्रवास खूप मंद होतो

ब] प्रवाह खूप जास्त आहे

C] प्रवाहखूपकमी

ड] चाप खूप लहान

103] मूळ धातूमध्ये फॉस्फरसची टक्केवारी अधिक असल्यास खालीलपैकी कोणता दोष निर्माण होतो?

अ] स्लॅग समावेश

ब] पृष्ठभागक्रॅक

क] संलयनाचा अभाव

ड] अंडरकट

104] कमी किमतीत सौम्य स्टीलच्या वेल्डेड जॉइंटवर पृष्ठभागावरील क्रॅक तपासण्यासाठी तुम्ही चाचणीची कोणती पद्धत वापराल?

अ] क्ष-किरण चाचणी

ब] अल्ट्रासोनिक चाचणी

क] व्हिज्युअलतपासणी

ड] चुंबकीय कण चाचणी

nick break test wd Welder nick break test

निक ब्रेक चाचणी

105] खालीलपैकी कोणता दोष टी फिलेट जॉइंटवर निक ब्रेक चाचणीद्वारे तपासला जाऊ शकतो?

अ] विवर क्रॅक

ब] पृष्ठभागावरील तडे

क] मुळांच्याप्रवेशाचाअभाव

ड] घशाची अपुरी जाडी

106] प्रोजेक्शन वेल्डिंग प्रक्रियेद्वारे खालीलपैकी कोणती मेटल प्लेट जोडली जाऊ शकत नाही?

अ] कथील प्लेट

ब] ताम्रपट

C] सौम्य स्टील प्लेट्स

ड] स्टेनलेस स्टील प्लेट्स

pipe welding wd Pipe welding

पाईप वेल्डिंग

107] पाईप वेल्डिंगच्या कोणत्या स्थितीत, पाईप 45◦ वर स्थिर आणि क्षैतिज आणि उभ्या दोन्ही बाजूंना कलते?

अ] १ जी

ब] २ जी

क] 5 जी

ड] 6जी

108] 2.5mmØ रुटाइल कोटेड एमएस इलेक्ट्रोडसह पाईप बट जॉइंट वेल्डिंगसाठी सेट केला जाणारा विद्युतप्रवाह आहे...

A] 50A ते 70A

ब] 70A ते 80A

C] 80A ते 90A

ड] 90A ते 100A

109] वेल्डिंग करताना डाउनहिल पद्धतीने पाईपचे वेल्डिंग केले जाते

अ] रोलिंगद्वारेपातळभिंतीचापाइप

ब] स्थिर स्थितीत पातळ भिंतीचा पाईप

क] रोलिंग करून जाड भिंतीचा पाईप

ड] स्थिर स्थितीत जाड भिंतीचा पाईप

110] कोणत्या पाईप वेल्डिंग स्थितीत सर्व पोझिशनल वेल्डिंग करणे आवश्यक आहे?

A] 1G (रोलिंग)

ब] २जी

क] 5 जी

D] 1G (विभागीय)

111] कास्ट आयर्नच्या कोणत्या गुणधर्मामुळे कास्ट आयर्न वेल्ड करणे कठीण होते?

अ] उच्च संकुचित शक्ती

ब] कडकपणाआणिठिसूळपणा

C] कमी वितळण्याचा बिंदू

ड] कमी तरलता

112] सौम्य स्टील प्लेटसह कास्ट आयर्न वेल्डिंगसाठी निवडलेला इलेक्ट्रोडचा प्रकार आहे...

अ] एमएस] इलेक्ट्रोड

ब] कांस्यइलेक्ट्रोड

C] कमी हायड्रोजन इलेक्ट्रोड

D] स्टेनलेस स्टील इलेक्ट्रोड

113] लोणच्यावेळी तांब्याचे पत्रे स्वच्छ करण्यासाठी वापरल्या जाणाऱ्या द्रावणाचे नाव सांगा

अ] पातळ केलेले नायट्रिक ऍसिड

ब] पातळकेलेलेसल्फ्यूरिकऍसिड

C] पातळ केलेले हायड्रोक्लोरिक ऍसिड

डी] पातळ केलेले कार्बन टेट्रा क्लोराईड

114] तांब्याच्या फ्यूजन वेल्डिंगसाठी कोणत्या प्रकारचे इलेक्ट्रोड वापरले जाते?

अ] इलेक्ट्रोलाइट तांबे

ब] कॉपर सिलिकॉन इलेक्ट्रोड

क] फॉस्फर ब्राँझ इलेक्ट्रोड

डी] <u>डीऑक्सिडाइज्डकॉपरइलेक्ट्रोड</u>

115] अयोग्य साफसफाईमुळे कमी उष्णता इनपुट इलेक्ट्रोडद्वारे केलेल्या वेल्डवर उद्भवणारा नेहमीचा दोष म्हणजे...

अ] अंडरकट

ब] <u>सच्छिद्रता</u>

क] ओव्हरलॅप

ड] तडा

welding joints

wd Aluminium butt joints

वेल्डिंग सांधे

116] कोलंबियम आधारित स्टेनलेस स्टील इलेक्ट्रोडचा वापर स्टेनलेस स्टीलच्या जोड्यांना वेल्डिंगसाठी केला जातो] हे प्रतिबंधित करेल ...

अ] सांध्याला तडा

ब] वेल्डक्षय

क] विकृती

ड] थुंकणे

117] स्टेनलेस स्टील वेल्डमधील सच्छिद्रता...

अ] लहान चाप

ब] कमी प्रवाह

क] ओलसरइलेक्ट्रोड

डी] अस्थिर इलेक्ट्रोड

118] ऑक्सी-आर्क कटिंग प्रक्रियेत खालीलपैकी कोणता वापरला जातो?

अ] फ्लक्स लेपित घन इलेक्ट्रोड

ब] बेअर वायर ट्यूबलर इलेक्ट्रोड

C] फ्लक्सलेपितट्यूबलरइलेक्ट्रोड

डी] बेअर टंगस्टन आर्क कटिंग इलेक्ट्रोड

119] कार्बन आर्क कटिंग उपकरणातील इलेक्ट्रोड होल्डर बनलेला असतो...

अ] साधे कार्बन स्टील

ब] गॅल्वनाइज्ड लोह

क] ॲल्युमिनियम

ड] तांबे

121] गटर, छताचे फ्लॅशिंग, हुड इत्यादी बनवण्यासाठी]

अ] गॅल्वनाइज्ड लोह

ब] स्टेनलेस स्टील

क] तांब्याचे पत्र

ड] धातूची पत्रके

122] दुग्धव्यवसायात] अन्न प्रक्रिया, स्वयंपाकघरातील सामान इ.

अ] गॅल्वनाइज्ड लोह

ब] स्टेनलेस स्टील

क] तांब्याचे पत्र

ड] धातूची पत्रके

123] बादल्या, गरम नलिका, कॅबिनेट इत्यादी बनवण्यासाठी]

अ] गॅल्वनाइज्ड लोह

ब] स्टेनलेस स्टील

क] तांब्याचे पत्र

ड] धातूची पत्रके

124] कॅनरी आणि रासायनिक वनस्पतींमध्ये मेटल शीट्स

अ] गॅल्वनाइज्ड लोह

ब] स्टेनलेस स्टील

क] तांब्याचे पत्र

ड] धातूची पत्रके

12 5] अमोनियम क्लोराईडचा वापर सोल्डरिंगसाठी फ्लक्स म्हणून केला जातो ...

अ] पोलाद

ब] ॲल्युमिनियम

क] गॅल्वनाइज्ड लोह

ड] स्टेनलेस स्टील

12 6] एमएस शीट्सचे सोल्डरिंग तापमानात होते...

अ] 150◦C

ब] 250◦C

C] 400◦C

ड] 850◦C

12 7] सोल्डरिंग ऑपरेशनमध्ये बेस मेटल...

अ] गरमहोतनाही

ब] 200◦C पर्यंत गरम केले जाते

C] 650◦C पर्यंत गरम

डी] लाल गरम स्थितीत गरम

128] जाड प्लेट्स शीट्स जोडण्यासाठी रिवेट्स]

अ] काउंटरस्कंक हेड

ब] सपाट डोके

क] पॅन डोके

ड] मशरूम

129] शीट मेटल जोडण्यासाठी रिवेट्स]

अ] काउंटरस्कंक हेड

ब] सपाट डोके

क] पॅन डोके

ड] मशरूम

130] हेवी फॅब्रिकेशन कामासाठी रिवेट्स]

अ] काउंटरस्कंक हेड

ब] सपाट डोके

क] पॅन डोके

ड] मशरूम

131] साठी रिवेट्स मेटा\ पृष्ठभागावरील रिव्हेटच्या डोक्याची उंची कमी करते

अ] काउंटरस्कंक हेड

ब] सपाट डोके

क] पॅन डोके

ड] मशरूम

132] सामान्यतः स्ट्रक्चरल कामासाठी वापरल्या जाणाऱ्या रिवेट्स]

अ] काउंटरस्कंक हेड

ब] सपाट डोके

क] पॅन डोके

ड] स्नॅप डोके

13 5] अमोनियम क्लोराईडचा वापर सोल्डरिंगसाठी फ्लक्स म्हणून केला जातो ...

अ] पोलाद

ब] ॲल्युमिनियम

क] गॅल्वनाइज्ड लोह

ड] स्टेनलेस स्टील

13 6] एमएस शीट्सचे सोल्डरिंग तापमानात होते...

अ] 150◦C

ब] 250◦C

C] 400◦C

ड] 850◦C

13 7] सोल्डरिंग ऑपरेशनमध्ये बेस मेटल...

अ] गरमहोतनाही

ब] 200◦C पर्यंत गरम केले जाते

C] 650◦C पर्यंत गरम

डी] लाल गरम स्थितीत गरम

138] सॉफ्ट सोल्डरिंग केले जाते

A] 450◦ C खाली

ब] 450◦C च्या वर

C] 900◦C वर

D] 1000◦C वर

139] ब्रेझिंग केले जाते

A] 1900◦C वर

ब] 450◦C च्यावर

C] 1000◦C वर

D] 450◦C खाली

140] एक brazed संयुक्त आहे

अ] सोल्डर केलेल्या जोडापेक्षा कमकुवत

ब] सोल्डर जोडण्यापेक्षा मजबूत

सी] वेल्डेड जोडापेक्षा मजबूत

डी] चांदीच्यासोल्डरकेलेल्याजोडापेक्षाकमकुवत

Q 2] __________ चा वापर वेल्डरचे डोळे आणि चेहरा कमानीपासून वाचवण्यासाठी केला जातो

आर्क वेल्डिंग दरम्यान रेडिएशन आणि स्पार्क]

अ] एप्रन

ब] वेल्डिंगहातस्क्रीन

क] चिपिंग गॉगल

ड] सुरक्षा शू

Q 3] खालीलपैकी कोणता वायू स्वतः जळत नाही परंतु त्यात उपयुक्त आहे ज्वलन?

अ] ऑक्सिजन

ब] नायट्रोजन

क] आर्गॉन

ड] यापैकी नाही

प्र 4] इलेक्ट्रिक आर्क वेल्डिंगमध्ये उष्णतेचा स्रोत ________ आहे

अ] घर्षण

ब] थर्मिट

क] वायूची ज्योत

ड] वीज

प्रश्न 5] गॅस वेल्डिंगमध्ये उष्णतेचा स्रोत ________ आहे

अ] व्होल्टेज

ब] थर्मिट

क] वायूचीज्योत

ड] वीज

Q 6] आर्क वेल्डिंगमध्ये खालीलपैकी कोणते उपकरण वापरले जाते?

अ] इलेक्ट्रोडधारक

ब] ऑक्सिजन गॅस सिलेंडर

क] वेल्डिंग ब्लोपाइप

ड] यापैकी नाही

प्र 7] खालीलपैकी कोणते उपकरण गॅस वेल्डिंगमध्ये वापरले जाते?

अ] गॅस रेग्युलेटर

ब] ऑक्सिजन गॅस सिलेंडर

क] वेल्डिंग ब्लोपाइप

ड] हेसर्व

Q 8] खालीलपैकी कोणती धातू जोडण्याची प्रक्रिया आहे?

अ] वेल्डिंग

ब] ब्रेझिंग

क] रिव्हटिंग

ड] <u>हेसर्व</u>

प्र 9] खालीलपैकी कोणती पद्धत कायमस्वरूपी सांधे बनवते?

अ] <u>वेल्डिंग</u>

ब] रिव्हटिंग

क] बोल्टिंग

ड] यापैकी नाही

प्रश्न १०] दिलेली उपकरणे ओळखा]

अ] टिप क्लिनर

ब] वेल्डिंग स्क्रीन

क] <u>इलेक्ट्रोडधारक</u>

ड] यापैकी नाही

प्र 11] तटस्थ ज्वालाबद्दल खालीलपैकी कोणते विधान खरे आहे?

अ] संपूर्ण ज्वलन या ज्वालामध्ये होते]

ब] वेल्डिंगसाठी सौम्य स्टील न्यूट्रल फ्लेम वापरली जाते]

C] तटस्थ ज्वालामध्ये दोन झोन असतात]

ड] <u>हेसर्व</u>

प्र 12] कॅल्शियम कार्बाइडच्या पाण्यावर विक्रिया केल्यावर कोणता वायू तयार होतो?

अ] <u>एसिटिलीन</u>

ब] ऑक्सिजन

क] नायट्रोजन

ड] आर्गॉन

Q 13] सौम्य स्टील वेल्डिंगसाठी कोणत्या प्रकारची ऑक्सी-एसिटिलीन ज्योत वापरली जाते?

अ] <u>तटस्थज्योत</u>

ब] ऑक्सिडायझिंग ज्वाला

क] कार्ब्युरिझिंग ज्वाला

ड] अम्लीय ज्वाला

Q 14] खालीलपैकी कोणता ऑक्सि-ॲसिटिलीन ज्वालाचा प्रकार नाही

अ] तटस्थ ज्योत

ब] ऑक्सिडायझिंग ज्वाला

क] कार्ब्युरिझिंग ज्वाला

ड] <u>अम्लीयज्वाला</u>

प्र 15] एसिटिलीन वायूचे रासायनिक सूत्र काय आहे?

अ] सीएच

ब] CH2

C] <u>C2H2</u>

ड] यापैकी नाही

Q 16] चित्रात दर्शविलेल्या ऑक्सि-ऍसिटिलीन वायूच्या ज्वालाचा प्रकार ओळखा]

अ] तटस्थ ज्योत

ब] ऑक्सिडायझिंग ज्वाला

क] <u>कार्ब्युरिझिंगज्वाला</u>

ड] यापैकी नाही

प्र 17] ऑक्सिजन वातावरणात अंदाजे ______% आहे]

अ] ७८

ब] ०]०३

क] <u>२१</u>

ड] ७

Q 18] ऑक्सिजन वायूचे रासायनिक चिन्ह काय आहे?

एसी

ब] सीएच

क] N2

ड] <u>O2</u>

प्र 19] ऑक्सिजन गॅस सिलेंडरचा रंग ______ आहे.

हिरवा

ब] <u>काळा</u>

क] लाल

ड] निळा

प्र 20] गॅस रेग्युलेटरचे काम ______ आहे.

अ] विविध प्रकारच्या ज्वाला मिळवणे

ब] वायूंचे मिश्रण अपेक्षित प्रमाणात मिसळणे

सी] रबरी नळी साफ करण्यासाठी

ड] <u>कामाचादबावसेटकरणे</u>

प्र 21] गॅस वेल्डिंग ब्लोपाइपचे नोजल कोणत्या धातूचे बनलेले असते?

अ] सौम्य पोलाद

ब] <u>तांबे</u>

क] कास्ट लोह

ड] कथील

Q 22] चित्रात दाखवलेली उपकरणे ओळखा]

अ] गॅस रेग्युलेटर

ब] वेल्डिंगब्लोपाइप

क] टिप क्लिनर

ड] स्पार्क फिकट

Q 23] खालीलपैकी कोणता ब्रेजिंगमध्ये फ्लक्स म्हणून वापरला जातो?

अ] बोरॅक्स

ब] बोरिक ऍसिड

क] बोरॅक्सआणिबोरिकऍसिडदोन्ही

ड] यापैकी नाही

Q 24] खालीलपैकी कोणती ज्योत ज्योतीच्या आधी गरम करण्यासाठी योग्य आहे कटिंग?

अ] ऑक्सिडायझिंग ज्वाला

ब] तटस्थज्योत

क] कार्बरायझिंग ज्वाला

ड] यापैकी नाही

प्र 25] गॅस कटिंगमध्ये खूप कमी ऑक्सिजन पुरवठा झाल्यास काय होते?

अ] धातू थंड होईल

ब] केर्फ अरुंद असेल

क] केर्फ रुंद असेल

ड] धातूपूर्णपणेकापणारनाही

Q 26] खालीलपैकी कोणता मॅनिफोल्ड प्रणालीचा प्रकार आहे?

अ] पोर्टेबल

ब] स्थिर

C] पोर्टेबलआणिस्थिरदोन्ही

ड] यापैकी नाही

Q 27] चित्रात दर्शविलेले वेल्डिंग दोष ओळखा]

अ] ओव्हरलॅप

ब] अंडरकट

C] दरार\ दरार

ड] संलयनाचा अभाव

प्र 28] गॅस वेल्डिंग दोषाचे नाव सांगा ज्यामध्ये पिनहोल तयार होतात

जमा केलेल्या धातूच्या पृष्ठभागावर]

अ] तडा

ब] <u>सच्छिद्रता</u>

क] संलयनाचा अभाव

ड] तपासा आणि विसरा पद्धत

Q 29] खालीलपैकी कोणते उपकरण ऑक्सी-ऍसिटिलीन वायूमध्ये वापरले जाते कटिंग?

अ] स्पार्क फिकट

ब] टिप क्लिनर

क] कटिंग टॉर्च

ड] <u>हेसर्व</u>

Q 30] खालीलपैकी कोणता धातू ऑक्सी ऍसिटिलीन वायूने कापला जाऊ शकतो कापण्याची प्रक्रिया?

अ] <u>सौम्यपोलाद</u>

ब] ॲल्युमिनियम

क] तांबे

ड] हे सर्व

प्र 31] ______________ हा प्रवाहाला विरोध करण्यासाठी पदार्थाचा गुणधर्म आहे त्यातून जाणारा विद्युत प्रवाह]\ ______________

अ] विद्युत प्रवाह

ब] <u>विद्युतप्रतिकार</u>

क] चालकता

ड] व्होल्टेज

Q 32] जर V= व्होल्टेज, I= विद्युत् प्रवाह आणि R हा विद्युत्चा प्रतिकार असेल. सर्किट मग खालीलपैकी कोणते संबंध ओहमच्या अनुसार बरोबर आहेत कायदा?

A] I=VR

B] R=VI

C] <u>V=IR</u>

ड] यापैकी नाही

Q 33] खालीलपैकी कोणता विद्युत वाहक आहे?

अ] लाकूड

ब] काच

क] <u>तांबे</u>

ड] हे सर्व

प्र 34] इलेक्ट्रिक आर्क वेल्डिंगला ________ असेही म्हणतात.

अ] MAG

ब] एमआयजी

क] <u>MMAW</u>

ड] TIG

Q 35] खालीलपैकी कोणते चाप मध्ये उर्जा स्त्रोत म्हणून वापरले जाऊ शकते वेल्डिंग?

A] AC वेल्डिंग ट्रान्सफॉर्मर

ब] डीसी मोटर जनरेटर

क] रेक्टिफायर सेट

ड] <u>हेसर्व</u>

Q 36] आर्क वेल्डिंगमध्ये कोणत्या प्रकारचा ट्रान्सफॉर्मर वापरला जातो?

अ] स्टेप-अप

ब] तटस्थ

क] <u>पायरीउतरणे</u>

ड] यापैकी नाही

Q 37] खालीलपैकी कोणता DC वेल्डिंग जनरेटरचा भाग आहे?

अ] आर्मेचर

ब] कम्युटेटर

क] जू

ड] <u>हेसर्व</u>

Q 38] खालीलपैकी कोणता DC वेल्डिंगचा तोटा आहे?

अ] उच्च प्रारंभिक खर्च

ब] उच्च परिचालन खर्च

C] उच्च देखभाल खर्च

ड] <u>हेसर्व</u>

प्र ४०] संपूर्ण वेल्डिंग चिन्हात खालीलपैकी कोणता घटक असतो?

अ] वेल्डिंग प्राथमिक चिन्ह

ब] पूरक चिन्ह

क] संदर्भ ओळ

ड] <u>हेसर्व</u>

Q 41] प्लग आणि स्लॉट वेल्डिंगमध्ये कोणत्या प्रकारची कमानीची लांबी वापरली जाते?

अ] सामान्य चाप लांबी

ब] <u>लांबचापलांबी</u>

क] लहान चाप लांबी

ड] शून्य कंस लांबी

Q 42] _______ चाप पोझिशनल वेल्डिंगसाठी वापरला जातो]

अ] सामान्य

ब] लांब

क] <u>लहान</u>

ड] शून्य

Q 43] खालीलपैकी कोणती वेल्डिंग स्थिती वेल्डिंगसाठी सर्वात सोपी आहे?

अ] ओव्हरहेड

ब] उभा

क] <u>सपाट</u>

ड] <u>आडवा</u>

Q 44] सरळ ध्रुवीयतेमध्ये इलेक्ट्रोड _________ शी जोडलेला असतो विद्युत उर्जा स्त्रोताचे टर्मिनल]

अ] तटस्थ

ब] सकारात्मक

C] <u>तटस्थआणिसकारात्मकदोन्ही</u>

ड] नकारात्मक

Q 45] खालीलपैकी कोणती विद्युत वेल्डिंग प्रक्रिया नाही?

अ] इलेक्ट्रिक आर्क वेल्डिंग

ब] <u>गॅसमेटलआर्कवेल्डिंग</u>

क] ऑक्सी-ऍसिटिलीन गॅस वेल्डिंग

ड] यापैकी नाही

Q 46] पितळ हे तांबे आणि ________ यांचे मिश्रधातू आहे

अ] ॲल्युमिनियम

ब] <u>जस्त</u>

क] कथील

ड] पोलाद

Q 47] चित्रात दर्शविलेले वेल्डिंग दोष ओळखा]

अ] ओव्हरलॅप

ब] अंडरकट

क] <u>तडा</u>

ड] संलयनाचा अभाव

Q 48] खालीलपैकी कोणता बाह्य आर्क वेल्डिंग दोष आहे?

अ] अंडरकट

ब] ओव्हरलॅप

क] स्पॅटर

ड] हेसर्व

Q 49] गॅस मेटल आर्क वेल्डिंगचे दुसरे नाव खालीलपैकी कोणते आहे?

अ] एमआयजीवेल्डिंग

ब] प्लाझ्मा वेल्डिंग

C] TIG वेल्डिंग

ड] यापैकी नाही

Q 50] गॅस मेटल आर्कसाठी खालीलपैकी कोणते मूलभूत उपकरण आहे वेल्डिंग सेटअप?

अ] वेल्डिंग उर्जा स्त्रोत

ब] वायर फीडर

क] वेल्डिंग बंदूक

ड] हेसर्व

Q 51] गॅस मेटल आर्क वेल्डिंगचा फायदा खालीलपैकी कोणता आहे?

अ] जाड आणि पातळ साहित्य वेल्डेड केले जाऊ शकते

ब] सर्व पोझिशनमध्ये वेल्डिंग करता येते

क] जमा करण्याचे प्रमाण जास्त आहे

ड] हेसर्व

Q 52] चित्रात दर्शविलेले वेल्डिंग दोष ओळखा]

अ] ओव्हरलॅप

ब] अंडरकट

क] सच्छिद्रता

ड] संलयनाचा अभाव

Q 53] FCAW म्हणजे काय?

अ] फ्लक्सकोरेडआर्कवेल्डिंग

ब] फुल कॉर्ड आर्क वेल्डिंग

सी] फ्लक्स कोरड स्वयंचलित वेल्डिंग

ड] यापैकी नाही

Q 54] MIG वेल्डिंगमध्ये खालीलपैकी कोणता अक्रिय वायू वापरला जातो?

अ] आर्गॉन

ब] झेनॉन

क] ऑक्सिजन

ड] नायट्रोजन

Q 55] गॅस मेटल आर्क वेल्डिंग सेटचा कोणता भाग वायरचा वेग नियंत्रित करतो इलेक्ट्रोड आणि वेल्डिंग करंट आणि गॅस फ्लोसाठी मार्ग प्रदान करा?

अ] वेल्डिंग उर्जा स्त्रोत

ब] वायरफीडर

क] वेल्डिंग बंदूक

ड] शील्डिंग गॅस सिलेंडर

Q 56] GMAW मध्ये वापरलेले इलेक्ट्रोड _______ स्वरूपात आहे]

अ] काठी

ब] वसंत ऋतु

क] गुंडाळी

ड] तार

Q 57] GMAW मध्ये खालीलपैकी कोणता दोष आहे?

अ] अंडरकट

ब] स्पॅटर

क] तडा

ड] हे सर्व

Q 58] GTAW ला _______ वेल्डिंग म्हणून देखील ओळखले जाते]

अ] TIG

ब] एमआयजी

क] MAG

ड] MMAW

Q 59] TIG मध्ये उपलब्ध उच्च वारंवारता युनिटचा उद्देश काय आहे वेल्डींग मशीन?

अ] चापसुरूकरणे

ब] आर्क व्होल्टॅग वाढवणे

क] वेल्डिंग करंट कमी करणे

ड] यापैकी नाही

Q 60] चित्रात दर्शविलेल्या वेल्डिंग प्रक्रियेचे नाव द्या]

अ] TIG

ब] एमआयजी

क] MAG

ड] MMAW

Q 61] TIG वेल्डिंगच्या सरळ ध्रुवीयतेमध्ये, _______% उष्णता जाते इलेक्ट्रोड शेवट]

अ] 30

ब] 50

क] 70

ड] 100

Q 62] TIG वेल्डिंगमधील इलेक्ट्रोड _________ पासून बनलेला असतो.

अ] तांबे

ब] स्टील

क] टंगस्टन

ड] जस्त

Q 63] त्या वेल्डिंग प्रक्रियेचे नाव सांगा जी न वापरता येण्याजोग्या दरम्यान विद्युत चाप राखते

टंगस्टन इलेक्ट्रोड आणि बेस मेटल?

अ] TIG

ब] एमआयजी

क] MAG

ड] MMAW

Q 64] खालीलपैकी कोणता भाग गॅस टंगस्टन आर्क वेल्डिंग टॉर्चचा भाग आहे?

अ] कोलेट

ब] नोझल

क] कोलेट धारक

ड] हेसर्व

Q 65] टंगस्टन इलेक्ट्रोडसाठी एक मानक रंग संकेत आहे] शुद्ध टंगस्टन __________ रंगाने चिन्हांकित आहे]

अ] हिरवा

ब] काळा

क] लाल

ड] निळा

Q 66] आर्गॉन गॅस सिलेंडरचा रंग ______ आहे.

हिरवा

ब] काळा

क] लाल

ड] मोरनिळा

Q 67] चित्रात दर्शविलेले वेल्डिंग जॉइंट ओळखा]

अ] <u>टीसंयुक्त</u>

ब] कोपरा जोड

क] बट संयुक्त

ड] लॅप संयुक्त

Q 68] स्पंदित TIG वेल्डिंगचा खालीलपैकी कोणता फायदा आहे?

अ] कमी विकृती

ब] कमी उष्णतेसह चांगले प्रवेश

क] <u>कमीविकृतीआणिकमीउष्णतेसहचांगलेप्रवेशदोन्ही</u>

ड] यापैकी नाही

प्र 69] ज्या दोषाने जोडलेले धातू वितळले नाही त्याचे नाव काय आहे?

TIG वेल्डिंग प्रक्रियेत बेस मेटलसह?

अ] सच्छिद्रता

ब] <u>संलयनाचाअभाव</u>

क] अंडरकट

ड] तडा

Q 70] चित्रात दर्शविलेल्या वेल्डिंग प्रक्रियेचे नाव द्या]

अ] इलेक्ट्रॉन बीम वेल्डिंग

ब] प्लाझ्मा वेल्डिंग

क] <u>बुडलेल्याचापवेल्डिंग</u>

ड] थर्मिट वेल्डिंग

प्र 71] बुडलेल्या आर्क वेल्डिंगमध्ये कोणत्या प्रकारचा प्रवाह वापरला जातो?

अ] <u>दाणेदार</u>

ब] पावडर

क] पेस्ट

ड] कोणताही प्रवाह वापरला जात नाही

प्र 72] बुडलेल्या आर्क वेल्डिंगमध्ये वापरलेला इलेक्ट्रोड _______ स्वरूपात असतो]

अ] काठी

ब] वसंत ऋतु

क] गुंडाळी

ड] <u>तार</u>

Q 73] खालीलपैकी कोणता भाग बुडलेल्या आर्क वेल्डिंग मशीनचा भाग आहे?

अ] फ्लक्स हॉपर

ब] वायर फीडर

क] उर्जा स्त्रोत

ड] <u>हेसर्व</u>

Q 74] खालीलपैकी कोणती रेझिस्टन्स वेल्डिंग प्रक्रिया आहे?

अ] घर्षण वेल्डिंग

ब] इलेक्ट्रोस्लॅग वेल्डिंग

सी] <u>सीमवेल्डिंग</u>

ड] यापैकी नाही

Q 75] खालीलपैकी कोणत्या वेल्डिंग प्रक्रियेमध्ये वर दाब दिला जातो संयुक्त?

अ] <u>रेझिस्टन्सवेल्डिंग</u>

ब] गॅस मेटल आर्क वेल्डिंग

C] TIG वेल्डिंग

ड] हे सर्व

Q 76] खालीलपैकी कोणत्या वेल्डिंग प्रक्रियेमध्ये इलेक्ट्रोड कोणत्या स्वरूपात आहे रोलर्स?

A] TIG वेल्डिंग

ब] <u>शिवणवेल्डिंग</u>

क] स्पॉट वेल्डिंग

ड] गॅस मेटल आर्क वेल्डिंग

Q 77] खालीलपैकी कोणता प्रकार कास्ट आयर्न नाही?

अ] पांढरे कास्ट आयर्न

ब] निंदनीय कास्ट आयर्न

क] डक्टाइल कास्ट आयर्न

ड] <u>पिवळेकास्टआयर्न</u>

प्र 78] वेल्डिंग ऑपरेशनपूर्वी जॉब गरम करणे याला ________ म्हणून ओळखले जाते.

अ] कडक होणे

ब] गरम झाल्यानंतर

क] <u>प्री-हीटिंग</u>

ड] शमन करणे

Q 79] लोह, क्रोमियम आणि निकेलच्या मिश्रधातूला _________ म्हणतात.

अ] पितळ

ब] कांस्य

C] <u>स्टेनलेसस्टील</u>

ड] सोल्डर

Q 80] खालीलपैकी कोणती चाप कटिंग आणि गॉगिंग प्रक्रिया आहे?

अ] एअर आर्क कटिंग प्रक्रिया

ब] प्लाझ्मा आर्क कटिंग प्रक्रिया

C] कार्बन आर्क कटिंग प्रक्रिया

ड] हेसर्व

Q 81] खालीलपैकी कोणती वेल्डिंग प्रक्रिया वेल्डिंगसाठी वापरली जाऊ शकते सौम्य स्टील?

अ] आर्क वेल्डिंग

ब] ऑक्सी-एसिटिलीन गॅस वेल्डिंग

क] गॅस मेटल आर्क वेल्डिंग

ड] हेसर्व

Q 82] WPS मध्ये W चा अर्थ काय आहे?

अ] काम

ब] कामगार

क] वेल्डिंग

ड] यापैकी नाही

प्रश्न ८३] ज्या चाचणीमध्ये नमुन्याची चाचणी न करता तपासली जाते त्याला _______ म्हणतात.

अ] विध्वंसक चाचणी

ब] विना-विनाशकचाचणी

क] तन्य शक्ती चाचणी

ड] अर्ध विध्वंसक चाचणी

Q 84] खालीलपैकी कोणती नॉन डिस्ट्रक्टिव्ह टेस्ट आहे?

अ] अल्ट्रासोनिक चाचणी

ब] चुंबकीय कण चाचणी

क] रेडियोग्राफिक चाचणी

ड] हेसर्व

प्रश्न ८५] खाली दिलेल्या उपकरणांची नावे सांगा]

अ] टिप क्लिनर

ब] स्पार्क फिकट

क] वेल्डगेज

ड] यापैकी नाही

Q 86] PQR मध्ये R चा अर्थ काय आहे?

अ] वाचा

ब] धावणे

क] रेकॉर्ड

ड] यापैकी नाही

Q 87] खालीलपैकी कोणती आर्क वेल्डिंग प्रक्रिया नाही?

अ] इलेक्ट्रिक आर्क वेल्डिंग

ब] गॅस मेटल आर्क वेल्डिंग

क] प्रतिकारवेल्डिंग

ड] यापैकी नाही

Q 88] खालीलपैकी कोणते वेल्डिंग सुरक्षा पोशाख आहे?

अ] वेल्डिंग ऍप्रन

ब] हातमोजे वेल्डिंग

क] हाताची बाही

ड] हेसर्व

प्रश्न ८९] चित्रात दाखवलेले साधन ओळखा]

अ] टोंग

ब] चीपिंगहातोडा

क] वायर ब्रश

ड] टिप क्लिनर

प्र 90] आर्क वेल्डिंगद्वारे वेल्डेड करावयाच्या सामग्रीची जाडी म्हणून वाढते, वेल्डिंग करंट आवश्यक आहे

अ] वाढते

ब] कमी होते

क] तसाच राहतो

ड] वाढू किंवा कमी होऊ शकते

प्र 91] नॉन-फेरस धातू वेल्डिंगसाठी प्राधान्य दिलेला करंट आहे

अ] उच्च वारंवारता पर्यायी प्रवाह

ब] कमी वारंवारता पर्यायी प्रवाह

क] थेटप्रवाह

ड] प्राधान्य नाही

प्र 92] इलेक्ट्रोडच्या आवरणासाठी वापरल्या जाणाऱ्या सामग्रीला म्हणतात

अ] स्लॅग

ब] प्रवाह

क] स्टिकर

ड] बाईंडर

प्र 93] वेल्डिंग करताना नायलॉनचे कपडे घालणे योग्य आहे का?

अ] नाही, त्यामुळे खूप घाम येतो

ब] नाही, तेसहजपणेआगपकडूशकते

क] ते ठीक आहे, तुम्ही ते घालू शकता

ड] नाही, कारण ते स्थिर वीज तयार करू शकते आणि शॉक लावू शकते

Q 94] दरम्यान रासायनिक अभिक्रिया करून ॲसिटिलीन तयार करता येते

अ] पाणीआणिकॅल्शियमकार्बाइड

ब] पाणी आणि कॅल्शियम कार्बोनेट

C] हायड्रोजन आणि कॅल्शियम कार्बाइड

ड] हायड्रोजन आणि कॅल्शियम कार्बोनेट

प्र 95] आर्क वेल्डिंग इलेक्ट्रोडचा आकार कसा निर्दिष्ट केला जातो?

अ] त्याच्या वजनाने

ब] धातूद्वारे ते वेल्ड करणे आवश्यक आहे

C] सध्याच्यावहनक्षमतेनुसार

ड] त्याच्या एकूण व्यासानुसार

प्र 96] ऑक्सी-एसिटिलीन कटिंगद्वारे कोणती सामग्री सर्वोत्तम प्रकारे कापली जाऊ शकते?

अ] पितळ

ब] कास्ट लोह

क] सौम्यपोलाद

ड] ॲल्युमिनियम

प्र 97] जो वायू ज्वलनाचा समर्थक आहे तो आहे

अ] ऑक्सिजन

ब] हायड्रोजन

C] कार्बन डायऑक्साइड

ड] एसिटिलीन

प्र 98] वेल्डमध्ये वायू अडकल्याने दोष निर्माण होतो

अ] संलयनाचा अभाव

ब] भेगा

क] सच्छिद्रता

ड] स्लॅग समावेश

प्र 99] सुरक्षिततेच्या दृष्टीने, एखाद्याने आर्क वेल्डिंग करू नये

अ] ओल्याजमिनीवरउभेअसताना

ब] खराब प्रकाश असलेल्या भागात

क] कोणी जवळ उभे असताना

ड] हवेशीर बंदिस्त क्षेत्रात

प्र 100] गॅस रेग्युलेटरवर तेल किंवा ग्रीस वापरल्यास काय होऊ शकते?

अ] तेल किंवा वंगण जळू शकते

ब] रेग्युलेटर जळू शकतो

C] सिलेंडरचा स्फोट होऊ शकतो

ड] हेसर्व

प्र 101] वेल्डिंगद्वारे जोडलेल्या मूळ धातूला म्हणतात

अ] बेअर धातू

ब] मणी धातू

क] पायाभूतधातू

ड] कच्चा धातू

Q 102] MIG वेल्डिंगबद्दल कोणते विधान खरे नाही?

अ] वेल्डिंगचा वेग जास्त असतो

ब] काढण्यासाठी कोणताही स्लॅग नाही

सी] उत्पादित वेल्ड्स आवाज आहेत

D] इलेक्ट्रिकआर्कऑपरेटरलादिसतनाही

प्र 103] इलेक्ट्रोड-पॉझिटिव्ह वेल्डिंगमध्ये ...... एकूण उष्णता निर्माण होते इलेक्ट्रोड]

अ] दोनतृतीयांश

ब] एक तृतीयांश

क] दीड

ड] एक चतुर्थांश

Q 104] ऍसिटिलीन विरघळण्यासाठी कोणते माध्यम वापरले जाते?

अ] पाणी

ब] एसीटोन

क] जेली

ड] कॅल्शियम हायड्रॉक्साइड

Q 105] एक सिलेंडर ज्यामध्ये ॲसिटिलीन असते ते पेंट केले जाते

अ] निळा

ब] काळा

क] मरून

ड] तपकिरी

Q 106] सर्किटमध्ये वाहणाऱ्या विद्‌युत् प्रवाहाचे प्रमाण दर्शविण्यासाठी वापरला जाणारा शब्द आहे

म्हणतात]]]]]]]

अ] ओम

ब] <u>अँपिअर</u>

क] फराड

ड] व्होल्ट

प्र 107] गॅस कटिंग टॉर्चच्या टोकाची छिद्र साफ करण्यासाठी काय वापरावे?

अ] <u>टिपक्लिनर</u>

ब] स्टील वायर

क] तांब्याची तार

ड] लहान ड्रिल

Q 108] दृश्य तपासणीद्‌वारे कोणता वेल्ड दोष सहज शोधला जाऊ शकतो?

अ] बाजूच्या भिंतीच्या संलयनाचा अभाव

ब] टी फिलेट जॉइंटमध्ये मूळ दोष

क] स्लॅग समावेश

ड] <u>भागांचेचुकीचेसंरेखन</u>

Q 109] यापैकी कोणत्या धातूची थर्मल चालकता सर्वाधिक आहे?

अ] अॅल्युमिनियम

ब] <u>तांबे</u>

क] जस्त

ड] पोलाद

distortion

wd Welding Distortion
Defects

विकृती

Q 110] वेल्डेड केलेल्या दोन प्लेट्स एकमेकांकडे खेचल्या जातात आणि त्यांच्यामधील कोन मूळतः सेट केलेल्या कोनातून बदलतो] विकृती कारण म्हणतात

अ] सार्वत्रिक विकृती

ब] अनुदैर्ध्य विकृती

क] <u>कोनीयविकृती</u>

ड] आडवा विरूपण

प्र 111] कोणती चाचणी पद्धत ऑपरेटरसाठी धोकादायक असू शकते?

अ] <u>क्ष-किरणचाचणी</u>

ब] प्रचंड कंपनसंख्या असलेल्या (ध्वनिलहरी) चाचणी

क] द्रव भेदक चाचणी

ड] चुंबकीय कण चाचणी

Q 112] यापैकी कोणती नॉन-डिस्ट्रक्टिव्ह टेस्ट आहे?

अ] प्रभाव चाचणी

ब] निक ब्रेक चाचणी

क] तन्य चाचणी

ड] <u>हायड्रोलिकदाबचाचणी</u>

Q 113] मध्यम कार्बन स्टीलचा वितळण्याचा बिंदू आहे

A] 1510 अंश से

ब] 1426 अंशसे

C] 1305 अंश से

D] 1082 अंश से

Q 114] न वापरलेल्या इलेक्ट्रोडच्या शेवटच्या बिटला म्हणतात

अ] कचरा अंत

ब] शेवट टाकून द्या

क] स्टबशेवट

ड] लहान टोक

प्र 115] वेल्डिंग केबलपासून इलेक्ट्रोडपर्यंत विद्युतप्रवाह चालविण्यासाठी काय वापरले जाते?

अ] अर्थ केबल

ब] इलेक्ट्रोडधारक

क] पृथ्वी पकडणे

ड] केबल लग

प्र 116] वेल्डिंग ट्रान्सफॉर्मरचे ओपन सर्किट व्होल्टेज काय आहे?

अ] 90 व्ही

ब] 110 व्ही

क] 130 व्ही

ड] 150 व्ही

Q 117] वेल्डिंग मशीन जे AC आणि DC दोन्ही पुरवू शकते]

अ] इंजिन चालित वेल्डिंग जनरेटर

ब] मोटर चालित वेल्डिंग जनरेटर

C] वेल्डिंग ट्रान्सफॉर्मर

ड] वेल्डिंगरेक्टिफायर

Q 118] 6 मिमी जाडीच्या सौम्य स्टील प्लेटच्या गॅस कटिंगसाठी, काय असावे नोजलचा आकार?

A] 0] 4 मिमी

B] 0] 6 मिमी

C] 0] 8 मिमी

ड] 1]0 मिमी

प्र 119] गॅस रेग्युलेटरचे कार्य ... आहे.

अ] आवश्यक प्रमाणात वायू मिसळणे

ब] कामाचा दबाव सेट करण्यासाठी

क] विविध प्रकारच्या ज्वाला मिळवण्यासाठी

ड] ब्लोपाइपमधून वाहणाऱ्या वायूचे प्रमाण बदलणे

Q 120] 12 मिमी जाडीच्या वेल्डिंगसाठी कोणती काठाची तयारी वापरावी एमएस प्लेट?

अ] <u>अविवाहित</u>

ब] दुहेरी

क] एकल

ड] बेव्हलिंग नाही

Q 121] वेल्डिंग करणे सर्वात सोपे आहे ....

अ] क्षैतिज स्थिती

ब] उभ्या स्थितीत

क] ओव्हरहेड स्थिती

ड] <u>डाउनहँडस्थिती</u>

Q 122] कोणता इंधन वायू जास्तीत जास्त ज्वाला तापमान देतो?

अ] <u>एसिटिलीन</u>

ब] कोळसा वायू

क] हायड्रोजन

ड] द्रव पेट्रोलियम वायू

प्र 123] आर्क वेल्डिंग दरम्यान स्पॅटर .... मुळे होते.

अ] <u>उच्चवेल्डिंगकरंट</u>

ब] ओलसर इलेक्ट्रोडचा वापर

क] शॉर्ट आर्कचा वापर

ड] चाप फुंकणे

Q 124] TIG वेल्डिंगमध्ये पाणी पुरवठ्याचा उद्देश काय आहे?

अ] काम थंड करा

ब] टॉर्च धुवा

क] विकृती टाळा

ड] <u>टॉर्चथंडकरा</u>

Q 125] कामाच्या पृष्ठभागापासून वेल्ड बीडच्या वरपर्यंतचे अंतर आहे म्हणतात.........

अ] मण्यांची रुंदी

ब] <u>मजबुतीकरण</u>

क] आत प्रवेश करणे

ड] फ्यूजन झोन

Q 126] जर वेल्ड दुसर्या वेल्ड किंवा बेस मेटलसह एकत्र होत नसेल तर, त्याला .... असे संबोधले जाते.

अ] अपूर्णसंलयन

ब] अपूर्ण बंधन

क] अपूर्ण प्रवेश

ड] अपूर्ण समावेश

Q 127] शिसे, जस्त आणि कॅडमियमची वाफ.........

अ] दुर्लक्ष केले जाऊ शकते

ब] अत्यंत ज्वलनशील असतात

क] घातकआहेत

ड] स्लॅग समाविष्ट होऊ शकते

प्र 128] सामान्यत: एसिटिलीन एका दराने सिलेंडरमधून सोडले पाहिजे जे ते .... पेक्षा कमी वेळात रिकामे करेल

अ] २ तास

ब] 5 तास

क] 8 तास

ड] 10 तास

प्र 129] ओलावा सहजपणे उचलणारे इलेक्ट्रोड्सचा प्रकार आहे

अ] अम्लीय लेपित इलेक्ट्रोड्स

ब] बेसिकलेपितइलेक्ट्रोड्स

क] रुटाइल लेपित इलेक्ट्रोड

D] टायटॅनियम लेपित इलेक्ट्रोड

Q 1] चित्रात दर्शविलेले वेल्डिंग जॉइंट ओळखा]

अ] टी संयुक्त

ब] कोपरा जोड

क] बट संयुक्त

ड] लॅपसंयुक्त

Q 2] ऑक्सि-ॲसिटिलीन ज्वालाचे ज्वलन सुमारे ________ अंश तयार करते सेंटीग्रेड तापमान]

अ] 2400 ते 2700

ब] 1800 ते 2200

क] 3100 ते 3300

ड] 1825 ते 1875

प्र 3] एसिटिलीन वायू कार्बन आणि ___________ यांचा बनलेला असतो

अ] आर्गॉन

ब] नायट्रोजन

C] ऑक्सिजन

ड] हायड्रोजन

Q 4] एसिटिलीन गॅस सिलेंडरचा रंग _____ आहे

हिरवा

ब] काळा

क] लालरंग

ड] निळा

Q 5] कोणत्या गॅस सिलेंडरला DA गॅस सिलेंडर असेही म्हणतात?

अ] एसिटिलीनगॅससिलेंडर

ब] ऑक्सिजन गॅस सिलेंडर

C] आर्गॉन गॅस सिलेंडर

ड] यापैकी नाही

प्र 6] द्रव एसीटोनचा 1 खंड एसिटिलीनचे _______ खंड विरघळू शकतो

सामान्य वातावरणाचा दाब आणि तापमानाखाली वायू]

अ] १०

ब] २०

क] २५

ड] 30

Q 7] खालीलपैकी कोणता एक प्रकारचा गॅस रेग्युलेटर आहे जो ऑक्सिटिलीनमध्ये वापरला जातो

गॅस वेल्डिंग?

अ] सिंगल स्टेज रेग्युलेटर

ब] डबल स्टेज रेग्युलेटर

C] सिंगलआणिडबलस्टेजरेग्युलेटर

ड] यापैकी नाही

प्रश्न 8] चित्रात दाखवलेली उपकरणे ओळखा]

अ] गॅसरेग्युलेटर

ब] वेल्डिंग ब्लोपाइप

क] टिप क्लिनर

ड] स्पार्क फिकट

प्र 9] ऑक्सी ऍसिटिलीन गॅस कटिंग टॉर्चमध्ये, कटिंग नोजलचा कोन

शरीरासह ___ अंश आहे]

अ] ४५

ब] 60

क] 90

ड] 120

Q 10] ऑक्सी ऍसिटिलीन गॅस वेल्डिंग ब्लोपाइपमध्ये, वेल्डिंगचा कोन मानेसह नोजल ___ डिग्री आहे]

अ] ४५

ब] 60

क] 90

ड] 120

प्र 11] नियंत्रित करण्यासाठी वेल्डिंग ब्लोपाइपमध्ये किती कंट्रोल व्हॉल्व्ह असतात ज्योत?

अ] १

ब] २

क] ३

ड] ४

Q 12] डावीकडे वेल्डिंग तंत्राला _______ असेही म्हणतात.

अ] फॉरवर्डतंत्र

ब] मागास तंत्र

क] बॅकहँड तंत्र

ड] आतील तंत्र

प्र 13] गॅस वेल्डिंगमध्ये फ्लक्सचे एक कार्य आहे _________]

अ] मेटलऑक्साईडविलीनकरण्यासाठी

ब] धातूचा वितळण्याचा बिंदू कमी करण्यासाठी

C] ज्वालाचे तापमान वाढवण्यासाठी

ड] रबरी नळी साफ करण्यासाठी

Q 14] ब्रेझिंगमध्ये वापरल्या जाणाऱ्या फिलर धातूचे द्रव तापमान अधिक असते _________ अंश सेंटीग्रेड पेक्षा]

अ] 150

ब] 450

क] ७२३

ड] 100

Q 15] ऑक्सिटिलीन कटिंग प्रक्रियेत वापरल्या जाणाऱ्या कटिंग नोजलचा आकार

प्रामुख्याने _____ वर अवलंबून असते

अ] कापण्यासाठीधातूचीजाडी

ब] ऑक्सिजनची शुद्धता

क] कट कालावधी

ड] कटिंग ब्लोपाइपचा प्रकार

Q 16] खालीलपैकी कोणता गॅस वेल्डिंग दोष आहे?

अ] तडा

ब] सच्छिद्रता

क] संलयनाचा अभाव

ड] हेसर्व

Q 17] ऑक्सि-ऍसिटिलीनमधील ज्योत प्रज्वलित करण्यासाठी खालीलपैकी कोणता वापरला जातो

गॅस कटिंग?

अ] इलेक्ट्रोड धारक

ब] इलेक्ट्रोड

क] स्पार्कफिकट

ड] टिप क्लिनर

प्र 18] विद्युत प्रवाहाचे एकक काय आहे?

ब] अँपिअर

क] ओम

ड] मीटर

प्र 19] ज्या दाबामुळे विद्युत प्रवाह वाहू लागतो त्याला म्हणतात

________]

अ] विद्युत प्रवाह

ब] विद्युत प्रतिकार

क] चालकता

ड] व्होल्टेज

Q 20] आर्क वेल्डिंगमध्ये कोणते मशीन DC ला AC पुरवठा बदलते?

अ] ट्रान्सफॉर्मर

ब] पाईप फुंकणे

क] वेल्डिंगरेक्टिफायर

ड] यापैकी नाही

Q 21] खालीलपैकी कोणते AC वेल्डिंग मशीन आहे?

अ] डीसी मोटर जनरेटर

ब] <u>एसीवेल्डिंगट्रान्सफॉर्मर</u>

क] रेक्टिफायर सेट

ड] यापैकी नाही

Q 22] खालीलपैकी कोणते वेल्डिंग पोझिशन आहे?

सपाट

ब] 2F

क] ३जी

ड] <u>हेसर्व</u>

Q 24] खालीलपैकी कोणता दीर्घ चाप प्रभाव आहे?

अ] कमी स्पॅटर

ब] अधिक संलयन

क] <u>अधिकथुंकणे</u>

ड] यापैकी नाही

प्र 25] वेल्ड सेंटरमधून लांबीच्या दिशेने जाणारी काल्पनिक रेषा आहे म्हणून ओळखले__________]

अ] वेल्ड रोटेशन

ब] वेल्ड मणी

क] वेल्ड स्लॉप

ड] <u>वेल्डचाअक्ष</u>

प्र 26] सरळ ध्रुवतेला _______ असेही म्हणतात.

अ] DCEP

ब] <u>DCEN</u>

क] MMAW

ड] GMAW

Q 27] जेव्हा चुंबकीय मुळे कंस त्याच्या नियमित मार्गापासून विचलित होतो गडबड त्याला _______ म्हणतात

अ] <u>चापफुंकणे</u>

ब] ओव्हरलॅप

क] अंडरकट

ड] चाप सापळा

प्र 28] ब्लोपाइप नोजलचे टोक ______ ने साफ केले पाहिजे.

अ] मऊ तांब्याची तार

ब] स्टील वायर

क] एक लहान ड्रिल

ड] टिपक्लिनर

Q 29] खालीलपैकी कोणते सुरक्षा साधन संरक्षणासाठी वापरले जाते ग्राइंडिंग करताना डोळे?

अ] हाताचा पडदा

ब] शिरस्त्राण

क] चिपिंगगॉगल

ड] चिपिंग स्क्रीन

प्र ३०] लाईट लेपित इलेक्ट्रोडसाठी फ्लक्स कोटिंग फॅक्टरचे मूल्य __________ आहे

अ] १] २५ते१] ३

ब] १] ४ ते १] ५

क] १] ८ ते २] २

ड] २ पेक्षा जास्त] २

प्र 31] वेल्डिंगमध्ये अंडरकट होण्याचे कारण खालीलपैकी कोणते आहे?

अ] प्रवाहखूपजास्तआहे

ब] प्रवाह खूप कमी आहे

क] लांब चाप वापरणे

ड] यापैकी नाही

Q 32] अमेरिकन इलेक्ट्रोड कोडिंग E7018 मधील क्रमांक 7018 चा तिसरा अंक दर्शविते ______________]

अ] सांध्याची तन्य शक्ती

ब] वेल्डिंगस्थिती

क] फ्लक्स कोटिंगचा प्रकार

ड] वेल्डिंग करंट आणि व्होल्टेजची स्थिती

Q 33] गॅस मेटल आर्क वेल्डिंगमध्ये कोणत्या प्रकारच्या उर्जा स्त्रोताचा वापर केला जातो?

अ] स्थिरव्होल्टेज

ब] स्थिर प्रवाह

क] सतत प्रतिकार

ड] यापैकी नाही

Q 34] MIG वेल्डिंगमध्ये खालीलपैकी कोणता मेटल ट्रान्सफर मोड देखील आहे डिप ट्रान्सफर म्हणतात?

अ] स्प्रे हस्तांतरण

ब] शॉर्टसर्किटहस्तांतरण

C] गोलाकार हस्तांतरण

ड] यापैकी नाही

Q 35] GMA वेल्डिंगच्या वायर फीडरचा खालीलपैकी कोणता भाग आहे?

अ] मोटार चालवा

ब] ड्राइव्ह रोलर

क] वायर स्पूल धारक

ड] हेसर्व

Q 36] GMAW वायर इलेक्ट्रोड E 70S-2 च्या अमेरिकन कोडिंगमधील शेवटचा अंक दर्शविते ______]

अ] सांध्याची तन्य शक्ती

ब] वायरचीरासायनिकरचना

क] फ्लक्स कोटिंगचा प्रकार

ड] वेल्डिंग करंट आणि व्होल्टेजची स्थिती

Q 37] FCAW मध्ये, डिपॉझिशन कार्यक्षमता सामान्यतः असते यांच्यातील________]

अ] 20% ते 30%

ब] ३०% ते ४५%

C] 60% ते 66%

ड] 80% ते 86%

Q 38] खालीलपैकी कोणता वायू GMAW मध्ये संरक्षणासाठी वापरला जातो आर्गॉन व्यतिरिक्त?

अ] कार्बनडायऑक्साइड

ब] नायट्रोजन

C] ऑक्सिजन

ड] हायड्रोजन

Q 39] TIG वेल्डिंगमध्ये कोणत्या प्रकारच्या उर्जा स्त्रोताचा वापर केला जातो?

अ] स्थिर व्होल्टेज

ब] स्थिरप्रवाह

क] सतत प्रतिकार

ड] यापैकी नाही

Q 40] TIG वेल्डिंग टॉर्चचा कोणता भाग इलेक्ट्रोड धारण करतो?

अ] नोझल

ब] कोलेट

क] मागची टोपी

ड] शिसे

प्र 41] गॅस टंगस्टन आर्क वेल्डिंगमध्ये वापरल्या जाणाऱ्या टॉर्चचे गॅस नोजल कशापासून बनलेले आहे?

_______]

अ] प्लास्टिक

ब] तांबे

क] काच

ड] <u>सिरॅमिक</u>

Q 42] चित्रात दाखवलेली उपकरणे ओळखा]

अ] गॅस रेग्युलेटर

ब] <u>फ्लोमीटर</u>

क] कोलेट

ड] मशाल

Q 43] शुद्ध टंगस्टनचा वितळण्याचा बिंदू अंदाजे _______ अंश असतो सेंटीग्रेड]

अ] 2050

ब] 2550

क] 2830

ड] <u>३३८०</u>

Q 44] खालीलपैकी कोणते विधान खरे आहे?

अ] आर्गॉन हा रंगहीन वायू आहे

ब] आर्गॉन हेलियमपेक्षा जड आहे

C] हेलियम हा रंगहीन वायू आहे

ड] <u>हेसर्व</u>

Q 45] TIG वेल्डिंगमध्ये वापरल्या जाणाऱ्या इनर्ट गॅसचा उद्देश काय आहे?

अ] <u>वितळलेल्याधातूचेवातावरणातीलदूषिततेपासूनसंरक्षणकरण्यासाठी</u>

ब] वेल्ड मेटलमध्ये दूषित करणे

क] चाप स्थिर करणे

ड] अधिक स्पॅटर मिळविण्यासाठी

Q 46] खालीलपैकी कोणते विधान बुडलेल्या चाप बद्दल खरे नाही वेल्डिंग?

अ] या वेल्डिंगमध्ये कोणतेही स्पॅटरिंग होत नाही]

ब] वेल्डिंग सपाट स्थितीत करता येते]

क] <u>ओव्हरहेडस्थितीतवेल्डिंगकरतायेते</u>]

ड] यापैकी नाही

Q 47] स्पॉट वेल्डिंगमध्ये वापरले जाणारे इलेक्ट्रोड कोणत्या धातूपासून बनलेले आहे?

अ] <u>तांबे</u>

ब] पितळ

क] कार्बन

ड] ॲल्युमिनियम

Q 48] खालीलपैकी कोणते फ्लॅश बट पासून सहज वेल्डेड केले जाऊ शकते वेल्डिंग प्रक्रिया?

अ] कास्ट लोह

ब] शिसे

क] पितळ

ड] <u>सौम्यपोलाद</u>

प्र 49] प्रोजेक्शन वेल्डिंग आणि सीम वेल्डिंग हे __________ चे प्रकार आहेत. वेल्डिंग]

अ] गॅस मेटल आर्क वेल्डिंग

B] TIG वेल्डिंग

क] <u>प्रतिकारवेल्डिंग</u>

ड] घर्षण वेल्डिंग

Q 50] स्लॅग आणि ऑक्साईड काढण्यासाठी खालीलपैकी कोणते वापरावे कास्ट लोह वेल्डिंग केल्यानंतर?

अ] टिप क्लिनर

ब] बॉल पेन हातोडा

क] <u>वायरब्रश</u>

ड] यापैकी नाही

Q 51] वेल्ड क्षय टाळण्यासाठी कोणत्या प्रकारची फिलर रॉड निवडली पाहिजे स्टेनलेस स्टील वेल्डिंग?

अ] <u>कोलंबियमबेस</u>

ब] कॉपर लेपित सौम्य स्टील

C] सुपर सिलिकॉन

ड] यापैकी नाही

Q 52] वर्कपीसचे प्रीहिटिंग तापमान याद्वारे तपासले जाऊ शकते __________]

अ] बोटाने स्पर्श करणे

ब] पायरोमीटर

C] <u>क्रेयॉनदर्शविणारेतापमान</u>

ड] थर्मोकपल

Q 53] गॅस वेल्डिंगसाठी कोणत्या प्रकारच्या ऑक्सी-एसिटिलीन गॅस फ्लेमचा वापर केला जातो?

शुद्ध अॅल्युमिनियम?

अ] तटस्थ

ब] कार्ब्युरिझिंग

क] ऑक्सिडायझिंग

ड] यापैकी नाही

Q 54] खालीलपैकी कोणता अॅल्युमिनियमचा गुणधर्म नाही?

अ] चांगली थर्मल चालकता

ब] चांगली विद्युत चालकता

क] हलके वजन

ड] खराबविद्युतचालकता

Q 55] खालीलपैकी कोणता शब्द वेल्डिंगशी संबंधित आहे?

अ] WPS

ब] AWS

क] WPQ

ड] हेसर्व

Q 56] Izod आणि Charpy मशीन _________ चाचणीशी संबंधित आहेत]

अ] प्रभाव

ब] लवचिकता

क] कडकपणा

ड] रांगणे

Q 57] रॉकवेलच्या मदतीने कोणत्या सामग्रीची गुणवत्ता तपासली जाऊ शकते आणि ब्रिनेल चाचणी?

अ] कडकपणा

ब] निंदनीयता

क] लवचिकता

ड] लवचिकता

Q 58] डाई पेनिट्रंट चाचणीमध्ये पेनिट्रंट ________ ने क्रॅकमध्ये जातो कृती]

अ] केशिका

ब] घर्षण

क] विकिरण

ड] वहन

Q 59] खालीलपैकी कोणत्या चाचणीमध्ये उच्च वारंवारतेच्या ध्वनी लहरी आहेत वापरले?

अ] दाब चाचणी

ब] प्रभाव चाचणी

क] रेडियोग्राफी चाचणी

ड] <u>प्रचंडकंपनसंख्याअसलेल्या (ध्वनिलहरी) चाचणी</u>

प्रश्न ६०] गॅमा किरण __________ द्वारे तयार होतात.

अ] इरिडियम

ब] <u>कोबाल्ट 60</u>

क] टायटॅनियम

ड] तुंगस्ते

Q 61] MIG वेल्डिंग टॉर्चचे संपर्क टोक तयार करण्यासाठी कोणत्या धातूचे मिश्रण वापरले जाते?

\ MIG

अ] <u>तांबे</u>

ब] ॲल्युमिनियम

क] सौम्य पोलाद

ड] जस्त

Q 62] TIG वेल्डिंगमध्ये कोणता शील्डिंग वायू वापरला जातो?

अ] हायड्रोजन

ब] नायट्रोजन

क] <u>आर्गॉन</u>

ड] ओझोन

Q 63] यापैकी कोणती रेझिस्टन्स वेल्डिंग प्रक्रिया नाही?

अ] प्रोजेक्शन वेल्डिंग

ब] शिवण वेल्डिंग

क] फ्लॅश बट वेल्डिंग

ड] <u>कार्बनआर्कवेल्डिंग</u>

Q 64] प्लेट्स .... जाड असताना सिंगल व्ही एजची तयारी वापरली जाते वेल्डेड करायचे आहे]

अ] 1 ते 5 मि.मी

ब] <u>5 ते 15 मि.मी</u>

क] 15 ते 25 मि.मी

ड] 25 मिमी पेक्षा जास्त

प्र 65] वेल्डिंग प्रक्रियेसाठी दाणेदार स्वरूपात फ्लक्स आवश्यक आहे.........

अ] गॅस वेल्डिंग

ब] बुडलेल्याचापवेल्डिंग

क] मॅन्युअल मेटल आर्क वेल्डिंग

ड] थर्मिट वेल्डिंग

प्र 66] ॲल्युमिनियमच्या वेल्डिंगसाठी वापरल्या जाणाऱ्या ऑक्सी-ऍसिटिलीन ज्वाला आहे.

अ] ऑक्सिडायझिंग ज्वाला

ब] तटस्थ ज्योत

C] जास्त ऑक्सिजनच्या थोड्या धुकेसह तटस्थ ज्योत

डी] जास्तऍसिटिलीनच्याथोड्याधुकेसहतटस्थज्वाला

प्र 67] वेल्डेड केलेले भाग अलाइनमेंटमध्ये ठेवण्यासाठी वापरल्या जाणाऱ्या उपकरणास म्हणतात

]]]]

अ] वेल्डिंगजिग

ब] वेल्डिंग फिक्स्चर

क] वेल्डिंग पोझिशनर

ड] वेल्डिंग मॅनिपुलेटर

Q 68] ज्या प्रक्रियेमध्ये उपभोग्य नसलेल्या इलेक्ट्रोडचा वापर होतो ती .... आहे.

अ] TIG

ब] एमआयजी

क] MAG

ड] सा

प्र 69] गॅस कटिंग करताना ब्लोपाइप हलवली तर काय होईल
वारंवार पासून?

अ] केर्फ अरुंद असेल

ब] केर्फरुंदअसेल

क] केर्फवर कोणताही परिणाम होणार नाही

ड] कर्फ योग्य आकाराचा असेल

Q 70] कास्ट आयर्न उत्तम प्रकारे वेल्डेड केले जाऊ शकते.........

अ] एमआयजी वेल्डिंग

B] TIG वेल्डिंग

क] आर्क वेल्डिंग

ड] गॅसवेल्डिंग

प्र 71] सपाट पट्टीचे दोन तुकडे असताना कोणत्या प्रकारचे वेल्ड मिळते टी फॉर्ममध्ये सामील झाले?

अ] बट

ब] फिलेट

क] लॅप

ड] कडा

Q 72] अंतर्गत तपासण्यासाठी कोणत्या प्रकारची गैर-विनाशकारी चाचणी योग्य आहे उच्च दाब बॉयलर वेल्डिंगमध्ये दोष?

अ] रेडियोग्राफिकचाचणी

ब] व्हिज्युअल चाचणी

क] चुंबकीय कण चाचणी

ड] डाई पेनिट्रंट चाचणी

forge welding

wd Forge welding

फोर्ज वेल्डिंग

Q 73] यापैकी कोणते प्लास्टिक वेल्डिंगचे उदाहरण आहे?

अ] आर्क वेल्डिंग
ब] गॅस वेल्डिंग
क] थर्मिट वेल्डिंग
ड] फोर्जवेल्डिंग
Q 74] आर्क वेल्डिंग दरम्यान यापैकी कोणते किरण तयार होत नाहीत?
अ] इन्फ्रारेड किरण
ब] अतिनील किरणे
क] दृश्यमान प्रकाश किरण
ड] गॅमाकिरण
Q 75] उष्णता-प्रभावित-क्षेत्र म्हणजे धातूचा तो भाग जो ....
अ] वितळून प्लास्टिक बनते
ब] प्लास्टिकवितळतनाहीकिंवाबनतनाही
C] वितळते पण प्लास्टिक बनत नाही
ड] वितळत नाही तर प्लास्टिक बनते
Q 76] इलेक्ट्रोडसाठी AWS कोड E ने सुरू होतो आणि त्यानंतर 4 अंकी क्रमांक येतो] तिसरा अंक .... दर्शवतो
अ] फ्लक्स कोटिंगचा प्रकार
ब] वेल्डिंगस्थिती
क] वेल्डमेंटची तन्य शक्ती
ड] ध्रुवता
प्र 77] वेल्डिंग दरम्यान लांब चाप वापरणे टाळण्याचे एक कारण आहे की.........
अ] हे ओपन सर्किट व्होल्टेज वाढवते
ब] हेबेसमेटलच्याफ्यूजनचीकमतरतादेते
क] वेल्डिंग दरम्यान संयुक्त क्रॅक विकसित होईल
ड] ते अधिक इलेक्ट्रोड वापरते
Q 78] चुंबकीय कण चाचणी दरम्यान, सर्वोत्तम सराव आहे]
अ] शक्य असेल तेव्हा एसी वापरा
ब] शक्य असेल तेव्हा डीसी वापरा
क] किमान 100 अँपिअर वापरा
D] भागदोनदिशांनाएकमेकांच्याकाटकोनातचुंबकीयकरा
प्र 79] वेल्डिंग चिन्हात वापरलेले वर्तुळ म्हणजे वेल्डिंग होय
अ] संयुक्ताभोवतीसर्वत्रअसणे
ब] त्यानंतरच्या ठेवी योग्य आहेत याची खात्री करणे

क] प्रथम स्थानावर तणाव दूर करण्यासाठी

ड] कोणताही अतिरिक्त स्लॅग काढण्यासाठी

Q 80] वेल्डेड जॉइंटमध्ये, मुळापासून वेल्डपर्यंतचे किमान अंतर चेहरा आहे]]]]]]]]]

अ] पाय

ब] प्रभावीगळा

क] वेल्डची लांबी

ड] वेल्डची खोली

प्र 81] यापैकी कोणते मुलभूत आर्क वेल्डिंगचे वैशिष्ट्य आहे?

अ] खोल प्रवेश

ब] गुळगुळीत वेल्ड

क] उच्च वेल्डिंग करंट

ड] हेसर्व

Q 82] GMAW मधील मेटल ट्रान्सफरच्या चार पद्धतींपैकी एक आहे किमान इष्ट?

अ] स्प्रे

ब] शॉर्ट सर्किटिंग

क] गोलाकार

ड] स्पंदित-स्प्रे

Q 83] सौम्य स्टीलच्या गॅस मेटल आर्क वेल्डिंगसाठी, योग्य शिल्डिंग गॅस आहे]]]]]]]]]

अ] कार्बनडायऑक्साइड

ब] आर्गॉन

क] हेलियम

ड] आर्गॉन आणि हेलियम यांचे मिश्रण

Q 84] टंगस्टन इलेक्ट्रोड जोडल्यास TIG वेल्डिंगमध्ये काय होईल सकारात्मक टर्मिनलकडे?

अ] यामुळे वेल्ड बीडमध्ये सच्छिद्रता निर्माण होईल

ब] वेल्डचाप्रवेशउथळआणिरुंदअसेल

क] वेल्ड बीडमध्ये क्रॅक असतील

ड] फ्यूजनचा अभाव असेल

प्र 85] माइल्डच्या TIG वेल्डिंगसाठी इलेक्ट्रोड टीपचा आकार कसा असावा स्टील?

ब] गोलाकार शेवट

क] <u>टोकदारटोक</u>
ड] टोकदार टोक

residual stresses

wd Residual stresses

अवशिष्ट ताण

प्र 86] यामुळे निर्माण होणारा अवशिष्ट ताण कमी करण्यासाठी काय केले पाहिजे वेल्डिंग?
अ] वेल्डिंग दरम्यान भागांना मुक्तपणे हलवू द्या
ब] "बॅक स्टेप" क्रम वापरा
C] पोस्ट वेल्ड उष्णता उपचार वापरा
ड] <u>"बॅकस्टेप" क्रमआणि / किंवापोस्टवेल्डहीटट्रीटमेंटवापरा</u>
प्र 87] चाप फुंकण्याची समस्या तेव्हा होण्याची शक्यता असते जेव्हा ....
अ] डायरेक्ट करंटसह वेल्डिंग
ब] अल्टरनेटिंग करंटसह वेल्डिंग
C] बेअर इलेक्ट्रोडसह वेल्डिंग
ड] <u>वैकल्पिकप्रवाहआणि / किंवाबेअरइलेक्ट्रोडसहवेल्डिंग</u>
प्र 88] वेल्डिंग शील्ड काळ्या रंगात ठेवण्यास प्राधान्य दिले जाते] का?
अ] ते चांगले स्वरूप देते

ब] ते प्रकाश किरणांना चांगले परावर्तित करते

क] <u>तेप्रकाशकिरणशोषूनघेते</u>

ड] यामुळे ढालीची किंमत कमी होते

Q 89] धातूचा कोणता गुणधर्म वितळलेला धातू टिकवून ठेवण्यास मदत करतो ओव्हरहेड स्थितीत वेल्डिंग करताना संयुक्त वर जमा केले?

अ] घनता

ब] चुंबकीय आकर्षण

क] थर्मल आकुंचन

ड] <u>पृष्ठभागावरीलताण</u>

प्र 90] खूप जास्त वेल्डिंग करंट असल्यास कोणता दोष निर्माण होण्याची शक्यता आहे वापरले?

अ] <u>अंडरकट</u>

ब] सच्छिद्रता

क] संलयनाचा अभाव

ड] अतिप्रवेश

प्र 91] मोठ्या वेल्ड डबके असल्यास सांध्यामध्ये कोणता दोष निर्माण होईल MIG-MAG वेल्डिंगमध्ये जमा केले?

अ] <u>अंडरकट</u>

ब] संलयनाचा अभाव

क] तडे

ड] प्रवेशाचा अभाव

प्र 92] लोह पावडर वापरण्याचा यापैकी कोणता फायदा आहे इलेक्ट्रोड?

अ] ते सांध्यातील क्रॅक टाळते

ब] <u>हेवेल्डपूर्णकरण्यासाठीलागणारावेळकमीकरते</u>

क] ते फ्लक्स कोटिंगची ताकद वाढवते

ड] हे इलेक्ट्रोडमधून विद्युत् प्रवाह सुधारते

Q 93] MIG/MAG वेल्डिंगमध्ये वापरलेली फिलर वायर कॉपर लेपित असते] का?

अ] बेस मेटल प्रतिक्रिया टाळण्यासाठी

ब] <u>गंजटाळण्यासाठी</u>

क] हवेतून होणारे प्रदूषण रोखण्यासाठी

ड] गॅस शील्ड रोखण्यासाठी

Q 94] MIG/MAG वेल्डिंगमध्ये वेगवेगळे शील्डिंग वायू वापरले जातात] कोणता वायू

इतरांपेक्षा अधिक स्थिर चाप निर्माण करते?

अ] आर्गॉन

ब] हेलियम

C] कार्बन डायऑक्साइड

ड] हायड्रोजन

Q 95] गाईडेड बेंड टेस्टचा वापर .... ठरवण्यासाठी केला जातो.

अ] लवचिकता

ब] तन्य शक्ती

क] प्रभाव मूल्य

ड] टक्केवारी वाढवणे

प्र 96] सिलिंडर ट्रॉली उपलब्ध नसल्यास गॅस सिलिंडर कसा असावा हलविले?

अ] ओढणे

ब] सरकणे

क] रोलिंग

ड] झुकणेआणिहलणे

प्र 97] गॅस कटिंग करताना नोजल .... असावी.

अ] कामाला स्पर्श करणे

ब] कामापासून 2 मि.मी

क] कामापासून 5 मि.मी

ड] कामापासून 10 मि.मी

Q 98] a च्या पृष्ठभागावरून धातू काढून टाकणाऱ्या प्रक्रियेला काय म्हणतात प्लेट इच्छित खोलीपर्यंत?

अ] बेव्हलिंग

ब] खोबणी

क] गॉगिंग

ड] छेदन

Q 99] बेस मेटलसह मणीचे संलयन खराब असल्यास, काय असू शकते संभाव्य कारण?

अ] प्रवाह खूप जास्त आहे

ब] प्रवाहखूपकमीआहे

क] चाप खूप लहान आहे

ड] इलेक्ट्रोडचा प्रवास खूप मंद आहे

प्र 100] रूट डिपॉझिट करताना ओपन कॉर्नर जॉइंट वर उभ्या रन करा

पोझिशन, शॉर्ट आर्क आणि की होल राखणे आवश्यक आहे] का?

अ] विकृती टाळण्यासाठी

ब] चाप अस्थिर होऊ नये म्हणून

क] चांगलाप्रवेशमिळवण्यासाठी

ड] वेल्डरला वेल्ड करण्याची सोय करणे

Q 101] कास्ट आयर्न वेल्ड करणे कशामुळे कठीण होते?

अ] त्याचीकडकपणाआणिठिसूळपणा

ब] त्याची उच्च संकुचित शक्ती

C] त्याचा कमी वितळण्याचा बिंदू

ड] त्याची तरलता

Q 102] वेल्डिंगसाठी DC वेल्डिंग मशीन वापरण्याचा एक फायदा म्हणजे ....

अ] कमी देखभाल खर्च

ब] वेल्डिंगची कमी किंमत

क] कमी वीज वापर

ड] फेरसआणिनॉन-फेरसदोन्हीधातूवेल्डेडकरतायेतात

प्र 103] ऍसिटिलीन वायूमध्ये वजनानुसार कार्बनची टक्केवारी आहे

अ] ९२]३%

ब] ८९]३%

क] ८५]३%

ड] ७८]३%

Q 104] तीन किंवा अधिक गॅस सिलिंडर असताना प्रणालीला काय म्हणतात एकत्र जोडलेले?

अ] गट प्रणाली

ब] कंपाऊंड प्रणाली

सी] मालिका प्रणाली

ड] मॅनिफोल्डप्रणाली

Q 105] वेल्डिंगच्या दुकानात कोणत्या प्रकारचे अग्निशामक यंत्र वापरण्यास योग्य आहे?

अ] फोमचे विझवण्याचे यंत्र

ब] कोरडी पावडर विझवणारा

C] कार्बनडायऑक्साइडविझवणारा

ड] हालोन विझवणारा

Q 106] कोणत्या प्रकारचे पाईप्स चढाईच्या वेल्डिंग तंत्राने वेल्डेड केले जातात?

अ] पातळ भिंत पाईप्स

ब] <u>जाडभिंतपाईप्स</u>

क] मोठ्या व्यासाचे पाईप्स

ड] लहान व्यासाचे पाईप्स

Q 107] क्रॅक असलेली कास्टिंग वेल्डिंगद्वारे दुरुस्त केली जाते] आपण कसे कराल वेल्डिंग करताना क्रॅकचा विस्तार रोखता?

अ] प्रीहिटिंग करून

ब] क्रॅक चर करून

क] क्रॅकच्या दोन्ही टोकांना टॅक करून

ड] <u>क्रॅकच्यादोन्हीटोकांनाड्रिलिंगकरून</u>

प्र 108] पातळ वेल्डिंगसाठी कोणती प्रतिरोधक वेल्डिंग प्रक्रिया वापरली जाईल पत्रके सतत?

अ] स्पॉट वेल्डिंग

ब] <u>शिवणवेल्डिंग</u>

क] प्रोजेक्शन वेल्डिंग

ड] फ्लॅश वेल्डिंग

Q 109] खालीलपैकी कोणते पाईप वेल्डिंग पोझिशन 45° दर्शवते कलते स्थिती वेल्डिंग?

अ] १ - जी

ब] २ - जी

क] 5 - जी

डी] <u>६ – जी</u>

Q 110] MMAW मध्ये लांब चाप वापरल्यास काय होईल?

अ] सांधे मजबूत होईल

ब] <u>बेसमेटलच्याफ्यूजनचाअभावअसेल</u>

क] सांध्याला भेगा पडतील

ड] इलेक्ट्रोडचा वापर जास्त असेल

Q 111] कोणता धातू क्ष-किरणांना त्यातून जाऊ देत नाही?

अ] तांबे

ब] जस्त

क] कथील

ड] <u>शिसे</u>

प्र 112] कोणत्या प्रकारच्या वेल्डिंगसाठी इलेक्ट्रोडच्या स्वरूपात वापरणे आवश्यक आहे

स्पूल

अ] स्टिक वेल्डिंग

ब] एमआयजीवेल्डिंग

क] ऑक्सी-ऍसिटिलीन वेल्डिंग

ड] मॅन्युअल मेटल आर्क वेल्डिंग

Q 113] स्टेनलेस स्टीलच्या वेल्डिंगसाठी आर्गॉनचा वापर केला जातो कारण..........

अ] तेजडआहे

ब] हे इलेक्ट्रोड वितळण्यास मदत करते

क] ते स्वस्त आहे

ड] हे सच्छिद्रता प्रतिबंधित करते

Q 114] "स्क्वेअर वेव्ह" हा शब्द .... शी संबंधित आहे.

अ] आउटपुटपॉवरचाआकार

ब] टंगस्टन इलेक्ट्रोडचा आकार

C] पॉवर सोर्स कंट्रोल बॉक्सचा आकार

ड] फिलर धातूचा आकार

Q 115] धातूच्या कोणत्या गुणधर्माचा विकृतीवर सर्वाधिक प्रभाव पडतो वेल्डिंग दरम्यान?

अ] लवचिकतेचे मॉड्यूलस

ब] थर्मलविस्ताराचेगुणांक

C] थर्मल चालकता गुणांक

ड] उत्पन्न शक्ती

Q 116] MIG वेल्डिंग दरम्यान वेल्ड बीडमध्ये ब्लोहोल्स कसे टाळावे?

अ] वेल्डिंगचा वेग वाढवून

ब] स्टिक-आउट वाढवून

C] उच्च प्रवाह सेट करून

ड] वेल्डबीडवरशिल्डिंगगॅसकेंद्रितकरून

Q 117] हेलियम आर्गॉन पेक्षा हलका आहे.........

अ] सहा वेळा

ब] आठ वेळा

क] दहावेळा

ड] पंधरा वेळा

Q 118] जर वेल्डेड करायच्या प्लेट्स क्लॅम्प केल्या असतील तर त्याचा वारपिंगवर कसा परिणाम होईल?

अ] त्याचा वार्पिंगवर कोणताही परिणाम होणार नाही

ब] तेवॅपिंगकमीकरेल

क] ते वॅपिंग वाढवेल
ड] त्याचा वार्पिंगवर नगण्य परिणाम होईल
प्र 119] खालीलपैकी कोणती गोष्ट जळण्याची सर्वाधिक शक्यता असते वेल्डिंग?
अ] मूळचेहराखूपलहान
ब] प्रवासाचा वेग खूप वेगवान
क] मूळ अंतर खूप लहान
ड] प्रवासाचा वेग खूपच कमी
Q 120] मध्ये ॲल्युमिनियम ऐवजी तांबे वापरण्याचा काय फायदा आहे वेल्डिंग केबल्स?
अ] तांबे स्वस्त आहे
ब] तांबे हलके असते
क] तांबेविद्युतप्रवाहवाहूननेण्याचीक्षमताआणिलवचिकतासुधारते
ड] हे सर्व
Q 121] त्रिकोणी-आकाराचे वेल्ड चिन्ह कोणत्या प्रकारचे वेल्ड दर्शवते?
अ] फिलेटवेल्ड
ब] बेवेल चर
क] भडक चर
ड] व्ही चर
प्र 1) रेझिस्टन्स वेल्डिंगमध्ये
1) चाप तयार होत नाही
२) विद्युत प्रवाहाच्या प्रवाहाने उष्णता निर्माण होते
3) फिलर धातूचा वापर केला जात नाही
४) हेसर्व/ येसर्व
Q 2) यापैकी कोणता प्रकार वेल्डिंगमध्ये होणारी विकृती नाही?
1) रेडियलविरूपण
2) अनुदैर्ध्य विकृती
3) कोनीय विकृती
४) आडवा विरूपण/
Q 3) खाली दर्शविलेल्या वेल्ड बीडमधील दोष ओळखा.
1) ब्लोहोल
2) संलयनाचाअभाव
3) प्रवेशाचा अभाव
4) सच्छिद्रता

Q 4) TIG वेल्डिंगमध्ये वेल्डिंग टॉर्चचे कार्य आहे

1) वेल्ड क्षेत्रामध्ये विद्युत प्रवाह वाहून नेणे

२) शील्डिंग गॅस वेल्ड एरियामध्ये घेऊन जाणे

३) थंड पाणी वाहून नेणे

4) यासर्व

प्र 5) प्लेट्स अलाइनमेंटमध्ये ठेवण्यासाठी वेल्डिंगच्या अगोदर केलेल्या लहान वेल्डला म्हणतात

1) टॅकवेल्ड

२) वेल्ड स्टिच करा

3) टॅग वेल्ड

4) तात्पुरती वेल्ड

प्र 6) वेल्डचा नाश न करता वेल्डची गुणवत्ता ठरवणे, याला एक पद्धत म्हणतात

1) TDT

२) एनडीटी

3) PDT

4) QDT

प्र 7) दाबाने वेल्डिंगची पद्धत कोणती आहे?

1) गॅस वेल्डिंग

2) प्रतिकारवेल्डिंग

3) मॅन्युअल मेटल आर्क वेल्डिंग

4) थर्मिट (फ्यूजन) वेल्डिंग

प्रश्न 8) यापैकी कोणता तात्पुरता सांधा आहे?

1) फिटजॉइंटदाबा

2) वेल्डेड संयुक्त

3) ब्रेझ्ड संयुक्त

4) Riveted संयुक्त

प्र 9) यापैकी कोणता आर्क वेल्डिंग सर्किटचा घटक नाही?

1) उर्जा स्त्रोत

2) वेल्डिंग केबल

3) जिग

4) इलेक्ट्रोडसह इलेक्ट्रोड धारक

Q 10) वेल्डिंग आर्कची लांबी जसजशी वाढते

1) ऑपरेटिंगव्होल्टेजवाढते

2) ऑपरेटिंग व्होल्टेज कमी होते

3) ऑपरेटिंग व्होल्टेज समान राहते

4) ऑपरेटिंग व्होल्टेज वाढू किंवा कमी होऊ शकते

प्रश्न 11) वेल्ड बीडचा आकार आणि आकार तपासण्यासाठी यापैकी कोणता वापर केला जातो?

1) वेल्ड इंडिकेटर

2) वेल्ड टेम्पलेट

3) वेल्डगेज

4) वेल्ड डायल

Q 12) यापैकी कोणते मशीन AC चे DC मध्ये रूपांतर करते?

1) ॲम्प्लीफायर

2) इन्व्हर्टर

3) रेक्टिफायर

4) ट्रान्सफॉर्मर

प्र 13) आर्क ब्लोची समस्या कधी येते

1) वेल्डिंगसाठी ट्रान्सफॉर्मरचा वापर केला जातो

2) वेल्डिंगसाठीडीसीवीजपुरवठावापरलाजातो

3) जेव्हा वेल्डिंगसाठी रेक्टिफायर वापरला जातो

4) वरीलपैकी कोणतेही वापरले जाते

Q 14) खाली दर्शविलेल्या गॅस कटिंग टॉर्चच्या आकृतीमध्ये कोणता घटक प्रवाह नियंत्रित करतो

ऑक्सिजन कापून?

1) कटिंगऑक्सिजनचाप्रवाह A द्वारेनियंत्रितकेलाजातो

2) कटिंग ऑक्सिजनचा प्रवाह B द्वारे नियंत्रित केला जातो

3) कटिंग ऑक्सिजनचा प्रवाह C द्वारे नियंत्रित केला जातो

4) कटिंग ऑक्सिजनचा प्रवाह डी द्वारे नियंत्रित केला जातो

विद्युत ? माता या नावाने देखील ओळखले जाते को ________ नाम से

1) विद्युत शक्ती

२) इलेक्ट्रोमोटिव्हफोर्स

3) इलेक्ट्रोलाइटिक बल

4) विद्युत चुंबकीय बल

प्र 16) रेझिस्टन्स वेल्डिंग प्रक्रियेचे नाव सांगा ज्यामध्ये दोन चाके वापरली जातात.

1) सायलेंट बट वेल्डिंग

2) फ्लॅश बट वेल्डिंग

3) शिवणवेल्डिंग

4) प्रोजेक्शन वेल्डिंग

प्र 17) स्पॉट वेल्डिंगमध्ये इलेक्ट्रोड्स बनतात

2) <u>तांबे</u>

3) टंगस्टन

4) कथील

Q 18) TIG वेल्डिंगद्वारे यापैकी कोणत्या धातूला वेल्डिंग करता येते?

1) तांबे

2) ॲल्युमिनियम

3) स्टेनलेस स्टील

4) <u>यासर्व</u>

प्रश्न 19) तांब्याच्या TIG वेल्डिंगसाठी कोणता शील्डिंग वायू प्राधान्य देतो?

1) आर्गॉन

२) <u>हेलियम</u>

3) आर्गॉन आणि हेलियम यांचे मिश्रण

4) आर्गॉन आणि हेलियम दोन्ही सारखेच चांगले आहेत

Q 20) ॲल्युमिनियमच्या TIG वेल्डिंगसाठी, वापरा

1) इलेक्ट्रोड पॉझिटिव्ह असलेले DC चांगले परिणाम देते

2) इलेक्ट्रोड निगेटिव्ह असलेले DC चांगले परिणाम देते

3) <u>एसीचांगलेपरिणामदेते</u>

4) वरीलपैकी कोणतेही एक चांगले परिणाम देईल

gas welding gas welding

गॅस वेल्डिंग

Q 21) यापैकी कोणती हायस्पीड वेल्डिंग प्रक्रिया नाही?

1) बुडलेल्या चाप वेल्डिंग

2) MIG वेल्डिंग

3) MAG वेल्डिंग

4) <u>गॅसवेल्डिंग</u>

प्रश्न 22) MIG वेल्डिंग प्रक्रियेबद्दल काय खरे नाही?

1) स्लॅग तयार होत नाही

2) इलेक्ट्रोड वारंवार बदलण्याची आवश्यकता नाही

3) आवश्यक उपकरणे महाग आहेत

4) धातूजमाहोण्याचावेगकमीआहे

Q 23) खालील आकृती गॅस कटिंग प्रक्रिया दर्शवते. केर्फ द्वारे दर्शविले जाते

1) केर्फ A द्वारे दर्शविला जातो

2) केर्फ बी द्वारे दर्शविला जातो

3) केर्फ C द्वारे दर्शविला जातो

4) केर्फडीद्वारेदर्शविलाजातो

Q 24) खाली दाखवल्याप्रमाणे MIG वेल्डिंगमध्ये मेटल ट्रान्सफरचा प्रकार ओळखा

1) डिप ट्रान्सफर

2) स्प्रे हस्तांतरण

3) ग्लोब्युलरट्रान्सफर

4) यापैकी नाही

प्रश्न 25) कॅल्शियम कार्बाइडचे रासायनिक सूत्र काय आहे?

1) CaC

2) CaC2

3) Ca2C

4) Ca2C2

Q 26) यापैकी कोणता घटक कमी करणारा किंवा डीऑक्सिडंट आहे?

1) सिलिकॉन

२) मँगनीज

3) वरीलदोन्ही

4) यापैकी नाही

Q 27) जर धातू आत प्रवेश करण्यास प्रतिकार करत असेल, तर ते आहे

1) कठीण

2) ठिसूळ

3) कठीण

4) डक्टाइल

प्र 28) खालील आकृती ट्रान्सफॉर्मरची सरलीकृत आकृती आहे.

1) त्यात B नेलोहकोरदर्शविला

2) त्यात B हा तांब्याचा गाभा दर्शवतो

3) त्यात B स्टील कोर दर्शवितो

4) त्यात B रेग्युलेटिंग कोर दर्शवतो

प्र 29) वेल्डिंग करण्यापूर्वी कास्ट आयर्न प्रीहिट का केले जाते?

1) आकुंचन टाळण्यासाठी

2) क्रॅकिंगटाळण्यासाठी

3) कडक होणे टाळण्यासाठी

4) वरील सर्व गोष्टींची खात्री करणे

Q 30) आर्क वेल्डिंगमध्ये, क्लोज्ड बट जॉइंट प्लेटेड पर्यंत वापरला जातो

1) 3 मिमीजाड

2) 5 मिमी जाड

3) 8 मिमी जाड

4) 10 मिमी जाड

प्र 31) ज्या चाचणीसाठी विजेचा वापर आवश्यक नाही

1) क्ष-किरण चाचणी

2) डाईपेनिट्रंटचाचणी

3) प्रचंड कंपनसंख्या असलेल्या (ध्वनिलहरी) चाचणी

4) हायड्रोलिक दाब चाचणी

Q 32) चाप वेळ म्हणजे काय?

1) चापवेल्डिंगऑपरेशनदरम्यानचापचालूआहे

२) कर्मचाऱ्याला कामात किती वेळ लागतो

3) नॉन-आर्क वेळ

4) एकूण चाप आणि नॉन-आर्क वेळ

Q 33) खाली दर्शविलेले सांधे ओळखा

1) किनारी जोड

2) कॉर्नरजॉइंट

3) प्लग जॉइंट

4) रलॉट संयुक्त

प्रश्न 34) गॅस वेल्डिंगमध्ये वापरल्या जाणाऱ्या फ्लक्सबद्दल काय योग्य नाही?

1) ते फ्यूजिबल आहे

२) हे रासायनिक संयुग आहे

3) ते ऑक्साईड विरघळते

4) यापैकीनाही

प्रश्न 35) गॅस वेल्डिंग करताना ...... साठी फ्लक्स आवश्यक नसते.

1) ॲल्युमिनियम

2) सौम्यस्टील

3) तांबे

4) पितळ

Q 36) वेल्डची दृश्य तपासणी दोष शोधण्यात मदत करू शकते

1) अंडरकट

2) अयोग्य प्रोफाइल

3) अपूर्ण प्रवेश

4) यासर्व

Q 37) खालील आकृतीमध्ये पाईप जॉइंटचा प्रकार कोणता आहे?

1) टी जॉइंट

2) फ्लँज संयुक्त

3) Y संयुक्त

4) शाखा संयुक्त

Q 38) ऑक्सि-एसिटिलीन कटिंगमध्ये वापरल्या जाणाऱ्या कटिंग नोजलचा आकार प्रामुख्याने यावर अवलंबून असतो

1) कापण्यासाठीधातूचीजाडी

2) ऑक्सिजनची शुद्धता

3) कट कालावधी

4) कटिंग ब्लोपाइपचा प्रकार

प्र 39) ब्लोपाइपचे छिद्र कसे स्वच्छ करावे?

1) मऊ स्टील वायर वापरा

२) मऊ तांब्याची तार वापरा

3) टिपक्लिनरवापरा

4) लहान व्यासाचे ड्रिल वापरा

Q 40) वातावरणातील हवेचा मुख्य भाग द्वारे घेतला जातो

1) ऑक्सिजन

२) नायट्रोजन

3) हायड्रोजन

4) आर्गॉन

प्र 41) इलेक्ट्रोड कोडच्या शेवटी प्रत्यय म्हणून वापरलेले अक्षर H हे सूचित करते की ते .... आहे.

1) हेवी लेपित इलेक्ट्रोड

2) कमीहायड्रोजनइलेक्ट्रोड

3) लोह पावडर इलेक्ट्रोड

4) उच्च तन्य शक्ती इलेक्ट्रोड

Q 42) वेल्डमेंटची टक्केवारी लांबणी शोधण्यासाठी कोणती चाचणी केली जाते?

1) मार्गदर्शित बेंड चाचणी

2) तन्यचाचणी

3) थकवा चाचणी

4) प्रभाव चाचणी

प्रश्न 43) दृश्य तपासणीद्वारे कोणते वेल्डिंग दोष सहजपणे शोधले जाऊ शकतात?

1) संलयनाचा अभाव

2) वेल्डेडभागांचेचुकीचेसंरेखन

3) इंटर-बीड स्लॅगचा समावेश

4) टी - फिलेट वेल्डमध्ये मूळ दोष

Q 44) MIG/MAG वेल्डिंगमध्ये लांब इलेक्ट्रोड स्टिक-आउटचा काय परिणाम होईल

1) जादा वेल्ड धातू

2) कमी वेल्ड धातू

3) वेल्डमेटलरफ

4) वेल्ड मेटल गुळगुळीत

Q 45) GMAW मध्ये कोणता निष्क्रिय वायू अधिक स्थिर चाप निर्माण करेल?

1) आर्गॉन

२) हेलियम

3) कार्बन डायऑक्साइड

4) हे सर्व समान स्थिर चाप तयार करतात

Q 46) बुडलेल्या आर्क वेल्डिंगमधील कोणते ऑपरेटिंग व्हेरिएबल कंस लांबी नियंत्रित करते?

1) वेल्डिंग गती

2) वेल्डिंगव्होल्टेज

3) वेल्डिंग करंट

4) इलेक्ट्रोड वायर विस्तार

Q 47) TIG वेल्डिंगमध्ये 1.5 मिमी व्यासाच्या टंगस्टन इलेक्ट्रोडसाठी गॅस नोजलचा आकार किती आहे?

प्रक्रिया?

1) 10 मिमीव्यास

2) 12 मिमी व्यास

3) 14 मिमी व्यास

4) 16 मिमी व्यास

Q 48) खालील आकृतीत दर्शविलेल्या मणीमधील वेल्ड दोष ओळखा.

1) सच्छिद्रता

2) स्लॅगसमावेश

3) संलयनाचा अभाव

4) प्रवेशाचा अभाव

Q 49) वेल्डिंगमध्ये लांब चाप वापरणे टाळण्याचे एक कारण आहे.........

1) हेबेसमेटलमध्येफ्यूजनचीकमतरतादेते

2) हे ओपन सर्किट व्होल्टेज वाढवते

3) यामुळे वेल्डमध्ये क्रॅक होण्याची शक्यता वाढते

4) यामुळे इलेक्ट्रोडचा वापर वाढतो

Q 50) कोणत्या NDT च्या ऍप्लिकेशनला वीज लागत नाही?

1) क्ष-किरण चाचणी

2) डाईपेनिट्रंटचाचणी

3) प्रचंड कंपनसंख्या असलेल्या (ध्वनिलहरी) चाचणी

4) हायड्रोलिक दाब चाचणी

Q 51) मुख्य फायदा ज्यासाठी लोह पावडर इलेक्ट्रोड वापरला जातो, तो आहे ....

1) वेल्डपूर्णकरण्यासाठीलागणारावेळकमीहोतो

२) वेल्डमध्ये तडे जाणार नाहीत

3) फ्लक्स कोटिंग मजबूत होते

4) विद्युत प्रवाहाचा प्रतिकार कमी होतो

प्रश्न 52) बुडलेल्या आर्क वेल्डिंगबद्दल कोणते विधान खरे आहे?

1) व्हॅक्यूम वेल्डिंग केले जाते

2) बेअरवायरइलेक्ट्रोडवापरलाजातो

3) हे कोणत्याही स्थितीत वेल्डिंगसाठी लागू केले जाऊ शकते

4) धातू जमा होण्याचा वेग कमी आहे

Q 53) कमी उष्णता इनपुट इलेक्ट्रोड वापरण्याचा फायदा काय आहे?

1) वेल्ड मेटलचा अतिशय पातळ थर लावता येतो

2) विकृतीआणिवारपेजकमीहोते

3) वेल्ड मेटलची गुणवत्ता उच्च आहे

४) सरफेसिंग सर्व पोझिशनमध्ये करता येते

Q 54) खाली दर्शविलेले वेल्डिंग चिन्ह .... चे आहे.

1) स्क्वेअरबटवेल्ड

२) सिंगल - व्ही बट वेल्ड

3) दुहेरी - व्ही बट वेल्ड

4) सिंगल - यू बट वेल्ड

Q 55) TIG वेल्डिंगमध्ये अयोग्य अक्रिय वायू प्रवाहाचा काय परिणाम होईल?

1) सच्छिद्रता

२) तडे

3) प्रवेशाचा अभाव

4) <u>वेल्डमेटलचेऑक्सिडीकरणहोतआहे</u>

Q 56) कोणते इलेक्ट्रॉनिक युनिट टीआयजी वेल्डिंगमध्ये आर्क इनिशिएशनची सुविधा देते?

1) कमी वारंवारता युनिट

2) मध्यम वारंवारता एकक

3) <u>उच्चवारंवारतायुनिट</u>

4) दुहेरी वारंवारता युनिट

Q 57) TIG वेल्डिंगमध्ये वापरले जाणारे नोजल .... चे बनलेले असते.

1) बेकेलाइट

2) <u>सिरॅमिक</u>

3) प्लास्टिक

4) चिकणमाती

Q 58) जर वेल्डच्या मुळापर्यंत फ्यूजन झाले नाही तर काय दोष असेल?

1) ब्लोहोल्स

2) <u>प्रवेशाचाअभाव</u>

3) सच्छिद्रता

4) तडे

Q 59) कोणती नॉन-डिस्ट्रक्टिव्ह चाचणी अंतर्गत वेल्ड दोषाची खोली ठरवू शकते?

1) <u>प्रचंडकंपनसंख्याअसलेल्या (ध्वनिलहरी) चाचणी</u>

2) चुंबकीय कण चाचणी

3) डाई पेनिट्रंट चाचणी

4) एडी वर्तमान चाचणी

Q 60) कोणती भौतिक गुणधर्म वेल्डिंग करताना वितळलेल्या धातूला स्थितीत ठेवण्यास मदत करते

ओव्हरहेड स्थितीत केले जात आहे?

1) चुंबकीय आकर्षण

२) <u>पृष्ठभागावरीलताण</u>

3) केशिका

4) थर्मल आकुंचन

Q 61) TIG वेल्डिंगसाठी वापरल्या जाणाऱ्या टंगस्टन इलेक्ट्रोडच्या टोकाचा आकार काय आहे?

ॲल्युमिनियम?

1) टोकदार टोक

२) सपाट टोक

3) <u>गोलाकारशेवट</u>

4) टोकदार टोक

Q 62) स्पॉट वेल्डिंग प्रक्रिया मुळात .... यावर अवलंबून असते.

1) फोर्जिंग प्रेशरचा वापर

2) ओमिक प्रतिकार

3) उष्णतेची निर्मिती

4) <u>उष्णतानिर्माणकरणेआणिफोर्जिंगप्रेशरलागूकरणे</u>

Q 63) GMAW मध्ये मेटल ट्रान्सफरचे चार मोड आहेत. कोणता सर्वात कमी मानला जातो

इष्ट?

1) फवारणी

2) स्पंदित फवारणी

3) <u>गोलाकार</u>

4) शॉर्ट सर्किटिंग

प्र 64) रेझिस्टन्स सीम वेल्डिंगमध्ये कोणत्या प्रकारचे इलेक्ट्रोड वापरले जातात?

1) सपाट

2) <u>डिस्क</u>

3) घुमट

4) निदर्शनास

Q 65) .... प्रक्रियेत फ्लक्स वापरणे आवश्यक आहे.

1) TIG

2) MIG

3) MAG

4) <u>SAW</u>

प्र 66) 0.3% ते 0.45% कार्बन असलेल्या कार्बन स्टीलच्या तुकड्यांना वेल्ड करण्यासाठी प्रीहीट तापमान किती असते?

1) 100 ते 120 से

2) <u>150 ते 280 से</u>

3) 280 ते 350 से

४) ३५० ते ४५० से

प्र 67) गॅस वेल्डिंगमध्ये कार्बराइजिंग फ्लेमद्वारे पुरवलेला कार्बन वेल्ड मेटल बनवतो ....

1) कठीण

2) लवचिक

3) ठिसूळ

4) <u>कठीणआणिठिसूळ</u>

प्र 68) तांब्याला रेझिस्टन्स वेल्डिंगद्वारे वेल्ड करणे अवघड आहे कारण...

1) <u>उच्चथर्मलचालकता</u>

2) उच्च विद्युत चालकता

3) उच्च कडकपणा

4) उच्च लवचिकता

प्र 69) कास्ट आयर्न प्रीहिटिंग न करता वेल्डेड केल्यास काय होईल?

1) सच्छिद्रता

2) अंडरकट

3) <u>क्रॅक</u>

4) ब्लोहोल्स

Q 70) पाईप विभागांना शेवटपर्यंत जोडण्यासाठी कोणते प्रतिरोध वेल्डिंग मशीन वापरले जाते?

1) स्पॉट वेल्डिंग मशीन

2) प्रोजेक्शन वेल्डिंग मशीन

3) <u>बटवेल्डिंगमशीन</u>

4) सीम वेल्डिंग मशीन

प्रश्न ७१) बट जॉइंटमध्ये रूट गॅप (खालील आकृतीत g) सेट करण्याचा उद्देश काय आहे?

1) <u>प्रवेशाचीआवश्यकखोलीप्राप्तकरण्यासाठी</u>

2) विकृती नियंत्रित करण्यासाठी

3) योग्य संरेखन राखण्यासाठी

4) अधिक धातू जमा करणे

Q 72) कास्ट आयर्न वेल्डिंग शक्य तितक्या लवकर पूर्ण केले पाहिजे. मंद वेल्डिंग असल्यास

केले, यामुळे .... जळते

1) लोह आणि फॉस्फरस

२) तांबे आणि लोखंड

3) <u>कार्बनआणिसिलिकॉन</u>

4) शिसे आणि फॉस्फरस

Q 73) स्पॉट वेल्डिंगमध्ये वापरल्या जाणाऱ्या जॉइंटचा प्रकार .... आहे.

1) बट वेल्डिंग

2) <u>लॅपवेल्डिंग</u>

3) कॉर्नर वेल्डिंग

4) काठ वेल्डिंग

Q 74) जर तीन किंवा अधिक गॅस सिलिंडर एकत्र जोडलेले असतील तर त्या प्रणालीला .... म्हणतात.

1) पोर्टेबल प्रणाली

2) गट प्रणाली

3) मॅनिफोल्डप्रणाली

4) उच्च दाब प्रणाली

प्रश्न 75) ओल्या जमिनीवर उभे असताना वेल्डरने आर्क वेल्डिंग केल्यास काय होऊ शकते?

1) भाजणे

२) इलेक्ट्रिकशॉक

3) पाय वर कट

4) डोळ्यांना दुखापत

प्रश्न ७६) सिंगल व्ही बट जॉइंटमध्ये वेल्डिंगचा खर्च कोणता मुख्य घटक मदत करेल?

1) विणकाम तंत्र वापरले

2) V चासमाविष्टकोनबरोबरकरा

3) कमानीची लांबी

4) वापरलेल्या वेल्डिंग करंटचा प्रकार

प्र 77) वेल्डेड जॉइंटमधील फ्युजन झोनच्या पुढील भागाला .. म्हणतात.

2) लगतचा झोन

3) उष्णता-प्रभावितक्षेत्र

4) स्थानिक क्षेत्र

Q 78) यापैकी कोणत्या धातूची थर्मल चालकता सर्वाधिक आहे?

1) सौम्य स्टील

2) तांबे

3) अॅल्युमिनियम

4) झिंक

प्र 79) ऑक्सी-एसिटिलीन कटिंग टॉर्च टीप ओरिफिस .... ने साफ करावी.

1) टिपक्लिनर

2) तांब्याची तार

3) स्टील वायर

4) लहान आकाराचे ड्रिल

Q 80) आर्क वेल्डिंगमध्ये लांब चाप वापरणे टाळण्याचे एक कारण आहे ....

1) हे ओपन सर्किट व्होल्टेज वाढवेल

२) <u>हेबेसमेटलच्याफ्युजनचीकमतरतादेईल</u>

३) सांध्याला भेगा पडतील

4) यामुळे इलेक्ट्रोडचा वापर वाढेल

प्रश्न 81) संयुक्त पूर्ण करण्यासाठी पासची संख्या असल्यास विकृतीवर काय परिणाम होईल

वाढले?

१) <u>विकृतीवाढेल</u>

२) विकृती कमी होईल

3) त्याचा विकृतीवर कोणताही परिणाम होणार नाही

4) विकृतीवर त्याचा फार कमी परिणाम होईल

Q 82) वेल्डचे प्रमाण तपासण्यासाठी रूट बेंड चाचणी वापरली जाते ....

1) <u>लवचिकता</u>

2) वाढवणे

3) कडकपणा

4) आत प्रवेश करणे

Q 83) पाण्याची कॅल्शियम कार्बाइडवर प्रतिक्रिया झाल्यावर निर्माण होणारा वायू .... असतो.

1) हायड्रोजन

2) <u>एसिटिलीन</u>

3) आर्गॉन

4) मिथेन

Q 84) वेल्डिंग चिन्हात वापरलेले वर्तुळ म्हणजे वेल्डिंग .... आहे.

1) त्यानंतरच्या ठेवी योग्य आहेत याची खात्री करणे

२) <u>संयुक्ताभोवतीसर्वत्रअसणे</u>

3) कोणतेही अतिरिक्त प्रवाह काढून टाकण्यासाठी

4) प्रथम स्थानावर तणाव दूर करण्यासाठी

Q 85) पाईप वेल्डिंगच्या iG स्थितीत, पाईप .... असणे आतश्गक आहे.

1) <u>फिरवले</u>

2) कलते

3) क्षैतिज

4) उभ्या

प्रश्न ८६) यापैकी कोणती नॉन-डिस्ट्रक्टिव्ह टेस्ट आहे?

1) निक ब्रेक चाचणी

2) प्रभाव चाचणी

3) तन्य चाचणी

4) <u>चुंबकीयकणचाचणी</u>

Q 87) बेस मेटलचा भाग जो वेल्डिंग दरम्यान वितळला नाही परंतु त्याचा सूक्ष्म संरचना बदलली आहे, त्याला _______ म्हणतात

1) फ्यूजन झोन

2) <u>उष्णता-प्रभावितक्षेत्र</u>

3) मृत क्षेत्र

4) ट्वायलाइट झोन

प्र 88) वेल्डेड जॉइंट पूर्ण झाल्यानंतर लगेच गरम करणे, त्याला म्हणतात..

1) <u>गरमझाल्यानंतर</u>

2) विलंबित गरम

3) उशीरा गरम करणे

4) जलद गरम

प्रश्न ८९) यापैकी कोणत्या वेल्डिंग प्रक्रियेसाठी ग्रॅन्युलर फ्लक्सचा वापर करावा लागतो?

1) TIG वेल्डिंग

2) MIG वेल्डिंग

3) <u>बुडलेल्याचापवेल्डिंग</u>

4) मॅन्युअल मेटल आर्क वेल्डिंग

Q 90) TIG वेल्डिंग दरम्यान टंगस्टन इलेक्ट्रोड वितळले आणि वर जमा झाल्यास काय होईल?

वेल्ड मेटल?

१) भेगा पडतील

2) खराब प्रवेश असेल

3) <u>वेल्डमेटलदूषितहोईल</u>

4) फ्युजनचा अभाव असेल

प्र 91) आर्क वेल्डिंगमध्ये इलेक्ट्रोड जास्त जळण्यामुळे काय होऊ शकते?

1) चाप फुंकणे

2) लांब चाप लांबी

3) कमी दर्जाचे इलेक्ट्रोड

4) <u>खूपजास्तवेल्डिंगकरंट</u>

प्र 92) कोणत्या नॉन-डिस्ट्रक्टिव्ह चाचणीसाठी कोणत्याही उर्जा स्त्रोताकडून पुरवठा आवश्यक नाही?

1) क्ष-किरण चाचणी

2) प्रचंड कंपनसंख्या असलेल्या (ध्वनिलहरी) चाचणी

3) डाईपेनिट्रंटचाचणी

4) हायड्रोलिक दाब चाचणी

प्र 93) उघड्या डोळ्यांनी विद्युत चाप दिसल्यास काय होऊ शकते?

1) इलेक्ट्रिक शॉक

२) डोळ्यांनाइजा

3) भाजणे

4) पाय आणि हात कापून घ्या

प्र 94) यापैकी कोणता घटक वर्गीकरण आणि कोडिंगमध्ये समाविष्ट आहे इलेक्ट्रोड?

1) फ्लक्सकोटिंगचाप्रकार

2) इलेक्ट्रोडची लांबी

3) इलेक्ट्रोडचा कोर व्यास

4) इलेक्ट्रोडचे आवश्यक बेकिंग तापमान

Q 95) धातूचा गुणधर्म जो त्याला तडे न जाता ताणून, वाकणे किंवा वळवण्यास सक्षम करतो त्याला ...... म्हणतात.

1) लवचिकता

२) निंदनीयता

3) कडकपणा

4) कणखरपणा

प्र 96) वेल्ड तपासणीची कोणती पद्धत सर्वात स्वस्त आहे?

1) रेडियोग्राफी

2) प्रचंड कंपनसंख्या असलेल्या (ध्वनिलहरी) चाचणी

3) चुंबकीय कण चाचणी

4) व्हिज्युअलपरीक्षा

प्र 97) बुडलेल्या आर्क वेल्डिंगमध्ये कोणत्या प्रकारची फिलर वायर वापरली जाते?

1) बेअरवायर

2) हलकी लेपित वायर

3) जोरदार लेपित वायर

4) फ्लक्स कोरड वायर

प्र 98) यापैकी कोणते प्लॅस्टिक वेल्डिंगचे उदाहरण आहे?

1) आर्क वेल्डिंग

2) गॅस वेल्डिंग

3) फोर्जवेल्डिंग

4) थर्मिट वेल्डिंग

प्र 99) जर प्लेट्सची जाडी

वेल्डेड असणे .... आहे

1) 1 - 5 मिमी

2) 5 - 10 मिमी

3) 10 - 15 मिमी

4) <u>15 मिमीपेक्षाजास्त</u>

Q 100) गॅस वेल्डिंग ब्लोपाइपचे टोक ....पासून बनलेले असते.

1) पितळ

2) कांस्य

3) <u>तांबे</u>

4) सौम्य स्टील

Q 101) यापैकी कोणता तात्पुरता सांधा आहे?

1) वेल्डेड संयुक्त

2) <u>फिटजॉइंटदाबा</u>

3) ब्रेझ्ड संयुक्त

4) Riveted संयुक्त

Q 102) सिलेंडरमध्ये अॅसिटिलीन वायू जास्त प्रमाणात साठवण्यासाठी वापरण्यात येणारे स्टोरेज माध्यम कोणते आहे?

दबाव?

1) पेट्रोलियम जेली

२) रॉकेल तेल

3) <u>एसीटोन</u>

4) पाणी

प्रश्न 103) सुरक्षेच्या दृष्टीने गॅस सिलिंडर आणि रेग्युलेटरवर कधीही .... वापरू नका.

1) पाना

२) <u>तेल</u>

3) टेफ्लोन टेप

4) लीक डिटेक्टर

Q 104) कोणत्या ऑक्सी-ऍसिटिलीन ज्वालामध्ये इंधन वायूचे प्रमाण जास्त असते?

1) ऑक्सिडायझिंग ज्वाला

2) <u>कार्बराइजिंगज्वाला</u>

3) तटस्थ ज्योत

4) मानक ज्योत

Q 105) वातावरणातील सर्वात सामान्य (जास्तीत जास्त टक्केवारी) वायू कोणता आहे?

1) ऑक्सिजन

२) नायट्रोजन

3) कार्बन डायऑक्साइड

4) मिथेन

Q 106) विद्युत परिपथ म्हणजे विद्युत् प्रवाहाद्वारे घेतलेला मार्ग. ब्रेक नसलेला मार्ग म्हणतात

....

1) बंदसर्किट

२) ओपन सर्किट

3) मर्यादित सर्किट

4) सतत सर्किट

Q 107) उष्णता .... म्हणतात एककांमध्ये मोजली जाते.

1) न्यूटन

२) जौल

3) वॅट

4) सेल्सिअस

Q 108) गॅस वेल्डिंग टॉर्च पेटवण्यासाठी नेहमी .... वापरा.

1) सामने

२) स्ट्रायकर

3) इलेक्ट्रिक आर्क

4) सिगारेट लाइटर

प्र 109) इलेक्ट्रिक सर्किटमध्ये वाहणाऱ्या करंटच्या प्रमाणाशी कोणता शब्द संबंधित आहे?

1) व्होल्ट

२) अँपिअर

3) ओम

4) हर्ट्झ

प्रश्न 110) गॅस वेल्डिंग टॉर्चचे टोक स्वच्छ करण्यासाठी काय वापरावे?

1) स्टील वायर

2) तांब्याची तार

3) कॉपर लेपित स्टील वायर

4) टिपक्लिनर

Q 111) खालीलपैकी कोणत्याची थर्मल चालकता तुलनेने सर्वात जास्त आहे?

1) झिंक

2) सौम्य स्टील

3) तांबे

4) ॲल्युमिनियम

Q 112) ऑक्सि-एसिटिलीन वेल्डिंगच्या बाबतीत, ऑक्सिजन सिलिंडर रंगवले जातात ....

1) पांढरा

2) काळा

3) मरून

4) लाल

प्र 113) फेरस आणि नॉन-फेरस दोन्ही वेल्डिंगसाठी कोणती गॅस वेल्डिंग ज्वाला अधिक योग्य आहे

धातू?

1) ऑक्सी-एलपीजी ज्वाला

2) ऑक्सी-एसिटिलीनज्वाला

3) ऑक्सि-हायड्रोजन ज्वाला

4) एअर-एसिटिलीन ज्वाला

Q 114) वेल्ड बीडमधून स्लॅग काढण्यासाठी काय वापरले जाते?

1) मॅलेट

2) चिपिंगहातोडा

3) पंजा हातोडा

4) स्लेज हातोडा

प्रश्न १) वेल्डिंग दुकानाच्या भिंती रंगवल्या पाहिजेत

1) गडदरंग

२) पांढरा रंग

3) परावर्तित रंग

4) यापैकी नाही

प्रश्न 2) सुरक्षेच्या उद्‌देशाने, चांगली सराव काय नाही?

1) सिलेंडरफिटिंगवरतेलकिंवाग्रीसवापरा

२) सिलिंडर थंड ठेवा

3) सिलिंडरचा रोलर्स म्हणून वापर करू नये

4) सिलिंडरचा वापर एरव्ही म्हणून करू नये

प्र 3) मॅन्युअल मेटल आर्क वेल्डिंगमध्ये कमानीची लांबी किती असावी?

1) इलेक्ट्रोडवायरव्यासाच्याअंदाजेसमान.

2) अंदाजे अर्ध्या इलेक्ट्रोड वायर व्यासाच्या समान.

3) अंदाजे दुहेरी इलेक्ट्रोड वायर dia च्या समान

4) इलेक्ट्रोड वायर व्यासाच्या 1.5 पट जवळपास समान.

Q 4) यापैकी कोणते इलेक्ट्रोड कोटिंग वेल्डिंग दरम्यान अतिरिक्त वेल्ड मेटल प्रदान करते?

1) लोहपावडरइलेक्ट्रोड

2) खनिज सिलिकेट

3) कॅल्शियम फ्लोराईड

4) मेटल कार्बोनेट

Q 5) डाई पेनिट्रंट चाचणीमध्ये, द्रव रंग ज्याच्या गुणवत्तेने विघटनातून बाहेर काढला जातो

कारवाई?

1) गरम करणे

2) थंड करणे

3) सक्शन

4) केशिका

प्र 6) गॅस सिलिंडरवर रेग्युलेटर फिक्स करण्यापूर्वी, व्हॉल्व्ह एक चतुर्थांश वळणावर उघडला जातो आणि नंतर

लगेच बंद. या क्रियेला काय म्हणतात?

1) तपासणी

2) सेटिंग

3) चाचणी

4) क्रॅकिंग

Q 7) खाली दिलेल्या आकृतीत, A आणि B ओळखा.

1) ए - उतार; बी - रोटेशन

2) ए - झुकाव; बी - रोटेशन

3) ए - उतार; ब - उलटा

4) ए - कोन; बी - वळणे

प्र 8) वेल्डेड जॉइंट एका वाइसवर निश्चित केला जातो आणि हॅमरिंगद्वारे वाकलेला असतो. या चाचणीला काय म्हणतात?

1) फ्रीबेंडटेस

2) निक ब्रेक चाचणी

3) फिलेट फ्रॅक्चर चाचणी

4) यापैकी नाही

प्र 9) वेल्डेड जॉइंटला पर्यायाने बराच काळ धक्का आणि खेचले जाते. या चाचणीला काय म्हणतात?

1) प्रभाव चाचणी

2) तन्य चाचणी

3) <u>थकवाचाचणी</u>

4) कडकपणा चाचणी

Q 10) खाली दर्शविलेल्या वेल्डिंग सर्किटमध्ये, 2 काय दर्शवते?

1) प्राथमिक वळण

2) <u>दुय्यमवळण</u>

3) वर्तमान नियामक

4) रेक्टिफायर

प्र 11) वेल्डिंग चिन्हात 7 घटक असतात. त्यापैकी कोणते नाही?

1) संदर्भ ओळ

2) बाण

3) परिमाण आणि इतर तपशील

4) <u>सहायकचिन्हे</u>

प्र 12) खोलीच्या तापमानातही कोणत्या धातूचे ऑक्सिडीकरण सहज होते?

1) कोपे

2) ॲल्युमिनियम

3) क्रोमियम

4) <u>यासर्व</u>

प्र 13) खालील आकृतीमध्ये कोणती वेल्डिंग प्रक्रिया दर्शविली आहे?

1) MIG वेल्डिंग

2) <u>बुडलेल्याचापवेल्डिंग</u>

3) MAG वेल्डिंग

4) थर्मिट वेल्डिंग

Q 14) फाईलचा कोणता भाग कठोर आणि टेम्पर्ड आहे?

1) हाताळा

२) टॅंग

3) फेरूल

4) <u>शरीर</u>

प्रश्न 15) काही स्ट्रोकनंतर हॅकसॉ ब्लेड सैल होण्याचे कारण काय असू शकते?

1) <u>ब्लेड stretched आहे</u>

२) विंग नट जीर्ण झाले आहे

3) ब्लेडची पिच चुकीची आहे

4) करवतीच्या संचाची निवड चुकीची आहे

प्रश्न 16) मध्यम कार्बन स्टीलच्या वेल्डिंगमध्ये कोणती अडचण येण्याची शक्यता आहे?

1) वेल्ड मेटल ठिसूळ होते

२) वेल्ड मेटल कडक होते

3) वेगाने थंड झाल्यास ते तडे जाईल

4) <u>यासर्व</u>

प्र 17) कार्ब्युराइजिंग ऑक्सी-एसिटिलीन फ्लेमद्वारे पुरविलेल्या कार्बनचा काय परिणाम होतो?

1) ते वेल्ड कठीण करते

2) ते वेल्ड डक्टाइल बनवते

3) ते धातू ठिसूळ बनवते

4) <u>तेधातूकठोरआणिठिसूळबनवते</u>

प्र 18) वेल्ड बीडच्या शेवटी, इलेक्ट्रोड सुमारे 10 मिमी मागे हलविला जातो.

हळूहळू इलेक्ट्रोडचा कोन 70 अंशावरून 90 अंशापर्यंत वाढवत आहे. हे तंत्र का लागू केले जाते?

1) विकृती कमी करण्यासाठी

2) अंडरकट टाळण्यासाठी

3) <u>खड्डेटाळण्यासाठी</u>

4) स्लॅगचा समावेश टाळण्यासाठी

Q 19) आर्क वेल्डिंगद्वारे सिंगल V बट जॉइंटमध्ये कोनीय विकृती (खालील आकृती) टाळण्यासाठी कोणती पद्धत योग्य आहे?

1) स्किप वेल्डिंग वापरून

2) <u>स्थितीबाह्यभागशोधून</u>

3) मधूनमधून वेल्डिंग करून

4) विचलन भत्ता ठेवून

Q 20) ब्रेझिंग करताना काम जास्त तापले. अतिउष्णतेमुळे उद्भवणाऱ्या समस्येवर मात करण्यासाठी तुम्ही टॉर्चमध्ये कसे फेरफार कराल?

1) <u>फ्लेमकोनआणिजॉबमधीलअंतरवाढवा</u>

२) टॉर्चचा कोन वाढवा

3) वेल्डिंगचा वेग कमी करा

4) वेल्डिंगचा वेग वाढवा

प्र 21) ऑक्सि-ॲसिटिलीन फ्लेमद्वारे सौम्य स्टील प्लेट्स कापणे सोपे असले तरी, तसे नाही.

ॲल्युमिनियम प्लेट्स. का?

1) ॲल्युमिनियम गरम केल्यावर त्याच्या रंगात कोणताही बदल होत नाही

2) ॲल्युमिनियमऑक्साईडचावितळण्याचाबिंदूजास्तअसतो

3) ॲल्युमिनियमचा वितळण्याचा बिंदू कमी असतो

4) ॲल्युमिनियमचा थर्मल विस्तार जास्त आहे

Q 22) तडकलेल्या लोखंडाचा तुकडा गॅस वेल्डिंगद्वारे दुरुस्त केला जातो. वेल्डिंग दरम्यान क्रॅकचा विस्तार कसा नियंत्रित कराल?

1) प्रीहीटिंग करून

2) क्रॅक चर करून

3) क्रॅकच्या दोन्ही टोकांना टॅक करून

4) क्रॅकच्यादोन्हीटोकांनाड्रिलिंगकरून

प्र 23) उच्च दाबावर सिलेंडरमध्ये ॲसिटिलीन साठवण्यासाठी कोणते सुरक्षित साठवण माध्यम वापरले जाते?

1) पाणी

2) एसीटोन

3) रॉकेल

4) पेट्रोलियम जेली

प्र 24) कार्यशाळेत गॅस सिलिंडर एका ठिकाणाहून दुसरीकडे हलवायचा असेल तेव्हा ट्रॉली वापरणे चांगले. जर ट्रॉली उपलब्ध नसेल तर सिलिंडर कसा हलवावा?

1) ड्रॅग करून

2) रोलिंग करून

3) स्लाइडिंग करून

4) कोनातझुकूनआणिहलवून

Q 25) ब्रेझ केलेल्या प्लेट्समधील अंतर असल्यास सांध्यावर काय परिणाम होईल? अधिक?

1) कमी विकृती

2) कमीकेशिकाक्रिया

3) अधिक सांधे शक्ती

4) चांगले संयुक्त देखावा

Q 26) खाली दिलेल्या आकृतीत दाखवल्याप्रमाणे पाईप वेल्डिंगची स्थिती काय आहे?

१) १ जी

२) <u>२जी</u>

3) 5G

4) 6 जी

प्र 27) खाली दिलेली आकृती ऑक्सी-एसिटिलीन कटिंगशी संबंधित आहे. योग्य अंतर राखा असा उल्लेख आहे. ते किती असावे?

1) 1 मि.मी

2) <u>5 मि.मी</u>

3) 10 मि.मी

4) 20 मि.मी

प्र 28) खालील आकृतीत दाखवल्याप्रमाणे गॅस वेल्डिंगचे तंत्र काय आहे?

1) लेफ्ट-वॉर्ड वेल्डिंग

2) <u>उजव्या-वार्डवेल्डिंग</u>

3) साइड-वॉर्ड वेल्डिंग

4) सामान्य वेल्डिंग

Q 29) 150 अँपिअर करंट असलेल्या आर्क वेल्डिंगसाठी वापरल्या जाणाऱ्या फिल्टर ग्लासचा शेड नंबर किती असावा?

1) सावली क्रमांक 6

2) सावली क्रमांक 8

3) <u>शेडक्रमांक...... 10</u>

4) शेड क्रमांक 22

Q 30) ओपन सर्किट व्होल्टेज साधारणपणे वेल्डिंगच्या बाबतीत .... दरम्यान असते

ट्रान्सफॉर्मर

1) 50 - 70 व्ही

2) <u>70 - 90 व्ही</u>

3) 90 - 110 व्ही

4) 110 - 130 व्ही

प्र 31) वेल्डिंगच्या बाबतीत ओपन सर्किट व्होल्टेज साधारणपणे .... दरम्यान असते

रेक्टिफायर्स

1) 30 - 60 व्ही

2) <u>50 - 80 व्ही</u>

3) 80 - 110 व्ही

4) 110 - 140 व्ही

प्र 32) गॅस सिलेंडरवर रेग्युलेटर लावण्यापूर्वी, झडप काही क्षणात उघडली जाते आणि नंतर लगेच बंद होते. घाण साफ करणे हा उद्देश आहे. या क्रियेला काय म्हणतात?

1) तपासणी

2) साफ करणे

3) क्रॅकिंग

4) स्वच्छता

Q 33) निक ब्रेक चाचणीद्वारे टी - फिलेट वेल्डमधील कोणता दोष शोधला जाऊ शकतो?

1) विवर क्रॅक

2) पृष्ठभागावरील तडे

3) मुळांच्याप्रवेशाचाअभाव

4) घशाची अपुरी जाडी

Q 34) भारतीय मानकांनुसार, इलेक्ट्रोड कोडिंगमध्ये दोन अक्षरे असतात आणि त्यानंतर 4-अंकी संख्या असते. चौथ्या अंकाने कोणते तपशील दिले आहेत?

1) तन्य शक्ती

2) वेल्डिंग स्थिती

3) टक्केवारी वाढवणे

4) वेल्डिंगवर्तमानआणिव्होल्टेजस्थिती

Q 35) ऑक्सि-ऍसिटिलीन कटिंग टॉर्चचा वापर सहजपणे कापण्यासाठी केला जाऊ शकतो ....

1) स्टेनलेस स्टील

२) कास्ट आयर्न

3) कार्बनस्टील

4) ॲल्युमिनियम

Q 36) आर्क वेल्डिंगमध्ये .... द्वारे आर्क ब्लोची समस्या टाळता येते.

1) AC वेल्डिंगमशीनवापरणे

2) बेअर इलेक्ट्रोड वापरणे

3) कमानीची लांबी वाढवणे

4) पृथ्वी कनेक्शनपासून दूर वेल्डिंग

प्र 37) इलेक्ट्रोडच्या कोडिंगमध्ये, इलेक्ट्रोडची रेडियोग्राफिक गुणवत्ता अक्षराद्वारे दर्शविली जाते

१) ए

२) एक्स

3) वाय

4) झेड

Q 38) कास्ट आयर्नच्या फ्यूजन वेल्डिंगमध्ये कोणत्या प्रकारचे फ्लक्स कोटेड इलेक्ट्रोड वापरले जातात?

1) मूलभूतप्रकार

2) रुटाइल प्रकार

3) सेल्युलोज प्रकार

4) लोह ऑक्साईड प्रकार

Q 39) आर्क वेल्डिंगमध्ये वापरल्या जाणाऱ्या अर्थ क्लॅम्पचे कार्य काय आहे?

1) वेल्डिंग करताना इलेक्ट्रोड घट्ट धरून ठेवा

2) वेल्डिंग दरम्यान इलेक्ट्रोड घट्टपणे कनेक्ट करा

3) अर्थिंगकेबललावर्कपीसशीजोडा

4) अर्थिंग केबलपासून इलेक्ट्रोडपर्यंत विद्युत प्रवाह चालवा

Q 40) आर्क वेल्डिंग मशीनची क्षमता .... द्वारे दर्शविली जाते.

1) ओपन सर्किट व्होल्टेज

२) क्लोज्ड सर्किट व्होल्टेज

3) अँपिअरमध्ये विद्युत प्रवाह इनपुट करा

4) आउटपुटकरंटअँपिअरगध्ये

प्रश्न 41) वेल्डिंग हेल्मेट काळ्या रंगाचे का केले जाते?

1) ते आनंददायी स्वरूप देते

२) ते प्रकाश अधिक चांगले परावर्तित करते

3) तेप्रकाशशोषूनघेते

4) त्याचा खर्च कमी होतो

Q 42) बॉल पेन हॅमर .... द्वारे निर्दिष्ट केला जातो.

1) त्याचेवजन

२) हँडलची लांबी

3) चेहऱ्याचा आकार

4) त्याच्या डोक्याची सामग्री

wd Welding

welding defects Distortion Defects

वेल्डिंग दोष

Q 43) पाईप्सचे टॅक वेल्डिंग करण्यापूर्वी, पाईप्समध्ये 1.5 मिमी वाकलेली वायर ठेवली जाते. त्याचा उद्देश काय आहे?

1) वेल्डिंग दोष टाळण्यासाठी

२) एकसमानअंतरराखणे

3) वेल्डची ताकद वाढवणे

4) विकृती टाळण्यासाठी

Q 44) आर्क वेल्डिंगमध्ये लांब चाप असण्याचा काय परिणाम होतो?

1) चापअस्थिरहोतो

2) धातूचे निक्षेप योग्य आहे

3) इलेक्ट्रोड समान रीतीने जळतात

4) इलेक्ट्रोड जाळण्यात कोणताही अपव्यय होत नाही

Q 45) कोणत्या वेल्डिंग मशीनमध्ये कम्युटेटरचा एक भाग आहे?

1) मोटरजनरेटरसंच

2) वेल्डिंग ट्रान्सफॉर्मर

3) वेल्डिंग रेक्टिफायर

4) इंजिन चालित संच

Q 46) वेल्डेड जॉइंटमधील हा झोन आहे जो वितळला नाही परंतु त्याची सूक्ष्म रचना आहे

बदलले.

1) स्थानिक क्षेत्र

2) बेस झोन

3) उष्णता-प्रभावितक्षेत्र

4) कोल्ड झोन

प्र ४७) गॅस वेल्डिंगमध्ये उजव्या बाजूच्या तंत्रात टॉर्चचा वर्कपीसकडे कल

आहे ....

1) 30° 40°

2) <u>40°–50°</u>

3) 50°–60°

4) 60°–70°

प्रश्न 48) गॅस सिलेंडरवर प्रदान केलेल्या गॅस रेग्युलेटरचे कार्य काय आहे?

1) विविध प्रकारच्या ज्वाला प्राप्त करण्यासाठी

२) आवश्यक प्रमाणात वायू मिसळणे

3) गॅस पुरवठा खंड बदलण्यासाठी

4) <u>कामाचादबावसेटकरणे</u>

Q 49) कोणत्या वेल्डिंग पोझिशनमध्ये फिलर मेटल डिपॉझिशनचा दर जास्त असतो?

1) <u>सपाटस्थिती</u>

2) अनुलंब स्थिती

3) क्षैतिज स्थिती

4) ओव्हरहेड स्थिती

प्र 1) रेझिस्टन्स वेल्डिंगमध्ये

औद्योगिक प्रशिक्षण संस्था

मासिक चाचणी-1, गुण- 20, तारीखः- ______________

(प्रत्येक प्रश्नाला दोन गुण असतात)

1) चाप तयार होत नाही

२) विद्युत प्रवाहाच्या प्रवाहाने उष्णता निर्माण होते

3) फिलर धातूचा वापर केला जात नाही

४) हे सर्व/ ये सर्व

Q 2) यापैकी कोणता प्रकार वेल्डिंगमध्ये होणारी विकृती नाही?

1) रेडियल विरूपण

2) अनुदैर्ध्य विकृती

3) कोनीय विकृती

४) आडवा विरूपण/

Q 3) खाली दर्शविलेल्या वेल्ड बीडमधील दोष ओळखा.

1) ब्लोहोल

2) संलयनाचा अभाव

3) प्रवेशाचा अभाव

4) सच्छिद्रता

Q 4) TIG वेल्डिंगमध्ये वेल्डिंग टॉर्चचे कार्य आहे

1) वेल्ड क्षेत्रामध्ये विद्युत प्रवाह वाहून नेणे

२) शील्डिंग गॅस वेल्ड एरियामध्ये घेऊन जाणे

३) थंड पाणी वाहून नेणे

4) या सर्व

प्र 5) प्लेट्स अलाइनमेंटमध्ये ठेवण्यासाठी वेल्डिंगच्या अगोदर केलेल्या लहान वेल्डला म्हणतात

1) टॅक वेल्ड

२) वेल्ड स्टिच करा

3) टॅग वेल्ड

4) तात्पुरती वेल्ड

प्र 6) वेल्डचा नाश न करता वेल्डची गुणवत्ता ठरवणे, याला एक पद्धत म्हणतात

1) TDT

२) एनडीटी

3) PDT

4) QDT

प्र 7) दाबाने वेल्डिंगची पद्धत कोणती आहे?

1) गॅस वेल्डिंग

2) प्रतिकार वेल्डिंग

3) मॅन्युअल मेटल आर्क वेल्डिंग

4) थर्मिट (फ्यूजन) वेल्डिंग

प्रश्न 8) यापैकी कोणता तात्पुरता सांधा आहे?

1) फिट जॉइंट दाबा

2) वेल्डेड संयुक्त

3) ब्रेझ्ड संयुक्त

4) Riveted संयुक्त

प्र 9) यापैकी कोणता आर्क वेल्डिंग सर्किटचा घटक नाही?

1) उर्जा स्त्रोत

2) वेल्डिंग केबल

3) जिग

4) इलेक्ट्रोडसह इलेक्ट्रोड धारक

Q 10) वेल्डिंग आर्कची लांबी जसजशी वाढते

1) ऑपरेटिंग व्होल्टेज वाढते

2) ऑपरेटिंग व्होल्टेज कमी होते

3) ऑपरेटिंग व्होल्टेज समान राहते

4) ऑपरेटिंग व्होल्टेज वाढू किंवा कमी होऊ शकते

मासिक चाचणी-2, गुण- 20, तारीख:- _______________

(प्रत्येक प्रश्नाला दोन गुण असतात)

प्रश्न 11) वेल्ड बीडचा आकार आणि आकार तपासण्यासाठी यापैकी कोणता वापर केला जातो?

1) वेल्ड इंडिकेटर

2) वेल्ड टेम्पलेट

3) वेल्ड गेज

4) वेल्ड डायल

Q 12) यापैकी कोणते मशीन AC चे DC मध्ये रूपांतर करते?

1) ॲम्प्लीफायर

2) इन्व्हर्टर

3) रेक्टिफायर

4) ट्रान्सफॉर्मर

प्र 13) आर्क ब्लोची समस्या कधी येते

1) वेल्डिंगसाठी ट्रान्सफॉर्मरचा वापर केला जातो

2) वेल्डिंगसाठी डीसी वीज पुरवठा वापरला जातो

3) जेव्हा वेल्डिंगसाठी रेक्टिफायर वापरला जातो

4) वरीलपैकी कोणतेही वापरले जाते

प्र 14) खाली दाखविलेल्या गॅस कटिंग टॉर्चच्या आकृतीमध्ये कोणता घटक कटिंग ऑक्सिजनचा प्रवाह नियंत्रित करतो?

1) कटिंग ऑक्सिजनचा प्रवाह A द्वारे नियंत्रित केला जातो

2) कटिंग ऑक्सिजनचा प्रवाह B द्वारे नियंत्रित केला जातो

3) कटिंग ऑक्सिजनचा प्रवाह C द्वारे नियंत्रित केला जातो

4) कटिंग ऑक्सिजनचा प्रवाह डी द्वारे नियंत्रित केला जातो

प्र 15) विद्युत संभाव्यता या नावाने देखील ओळखली जाते/ विद्युत ? माता को ________ नाम से

1) विद्युत शक्ती

२) इलेक्ट्रोमोटिव्ह फोर्स

3) इलेक्ट्रोलाइटिक बल

4) विद्युत चुंबकीय बल

प्र 16) रेझिस्टन्स वेल्डिंग प्रक्रियेचे नाव सांगा ज्यामध्ये दोन चाके वापरली जातात.

1) सायलेंट बट वेल्डिंग

2) फ्लॅश बट वेल्डिंग

3) शिवण वेल्डिंग

4) प्रोजेक्शन वेल्डिंग

प्र 17) स्पॉट वेल्डिंगमध्ये इलेक्ट्रोड्स बनतात

2) तांबे

3) टंगस्टन

4) कथील

Q 18) TIG वेल्डिंगद्वारे यापैकी कोणत्या धातूला वेल्डिंग करता येते?

1) तांबे

2) ॲल्युमिनियम

3) स्टेनलेस स्टील

4) या सर्व

प्रश्न 19) तांब्याच्या TIG वेल्डिंगसाठी कोणता शील्डिंग वायू प्राधान्य देतो?

1) आर्गॉन

२) हेलियम

3) आर्गॉन आणि हेलियम यांचे मिश्रण

4) आर्गॉन आणि हेलियम दोन्ही सारखेच चांगले आहेत

Q 20) ॲल्युमिनियमच्या TIG वेल्डिंगसाठी, वापरा

1) इलेक्ट्रोड पॉझिटिव्ह असलेले DC चांगले परिणाम देते

2) इलेक्ट्रोड निगेटिव्ह असलेले DC चांगले परिणाम देते

3) एसी चांगले परिणाम देते

4) वरीलपैकी कोणतेही एक चांगले परिणाम देईल

औद्योगिक प्रशिक्षण संस्था

मासिक चाचणी-३, गुण- २०, तारीख:- ______________

(प्रत्येक प्रश्नाला दोन गुण असतात)

Q 21) यापैकी कोणती हायस्पीड वेल्डिंग प्रक्रिया नाही?

1) बुडलेल्या चाप वेल्डिंग

2) MIG वेल्डिंग

3) MAG वेल्डिंग

4) गॅस वेल्डिंग

प्रश्न 22) MIG वेल्डिंग प्रक्रियेबद्दल काय खरे नाही?

1) स्लॅग तयार होत नाही

2) इलेक्ट्रोड वारंवार बदलण्याची आवश्यकता नाही

3) आवश्यक उपकरणे महाग आहेत

4) धातू जमा होण्याचा वेग कमी आहे

Q 23) खालील आकृती गॅस कटिंग प्रक्रिया दर्शवते. केर्फ द्वारे दर्शविले जाते

1) केर्फ A द्वारे दर्शविला जातो
2) केर्फ बी द्वारे दर्शविला जातो
3) केर्फ C द्वारे दर्शविला जातो
4) केर्फ डी द्वारे दर्शविला जातो
Q 24) खाली दाखवल्याप्रमाणे MIG वेल्डिंगमध्ये मेटल ट्रान्सफरचा प्रकार ओळखा
1) डिप ट्रान्सफर
2) स्प्रे हस्तांतरण
3) ग्लोब्युलर ट्रान्सफर
4) यापैकी नाही
प्रश्न 25) कॅल्शियम कार्बाइडचे रासायनिक सूत्र काय आहे?
1) CaC
2) CaC2
3) Ca2C
4) Ca2C2
Q 26) यापैकी कोणता घटक कमी करणारा किंवा डीऑक्सिडंट आहे?
1) सिलिकॉन
२) मँगनीज
3) वरील दोन्ही
4) यापैकी नाही
Q 27) जर धातू आत प्रवेश करण्यास प्रतिकार करत असेल, तर ते आहे
1) कठीण
2) ठिसूळ
3) कठीण
4) डक्टाइल
प्र 28) खालील आकृती ट्रान्सफॉर्मरची सरलीकृत आकृती आहे.
1) त्यात B ने लोह कोर दर्शविला
2) त्यात B हा तांब्याचा गाभा दर्शवतो
3) त्यात B स्टील कोर दर्शवितो
4) त्यात B रेग्युलेटिंग कोर दर्शवतो
प्र 29) वेल्डिंग करण्यापूर्वी कास्ट आयर्न प्रीहिट का केले जाते?
1) आकुंचन टाळण्यासाठी
2) क्रॅकिंग टाळण्यासाठी
3) कडक होणे टाळण्यासाठी
4) वरील सर्व गोष्टींची खात्री करणे
Q 30) आर्क वेल्डिंगमध्ये, क्लोज्ड बट जॉइंट प्लेटेड पर्यंत वापरला जातो

1) 3 मिमी जाड
2) 5 मिमी जाड
3) 8 मिमी जाड
4) 10 मिमी जाड

औद्योगिक प्रशिक्षण संस्था

मासिक चाचणी-4, गुण- 20, तारीख:- _______________

(प्रत्येक प्रश्नाला दोन गुण असतात)

प्र 31) ज्या चाचणीसाठी विजेचा वापर आवश्यक नाही
1) क्ष-किरण चाचणी
2) डाई पेनिट्रंट चाचणी
3) प्रचंड कंपनसंख्या असलेल्या (ध्वनिलहरी) चाचणी
4) हायड्रोलिक दाब चाचणी

Q 32) चाप वेळ म्हणजे काय?
1) चाप वेल्डिंग ऑपरेशन दरम्यान चाप चालू आहे
२) कर्मचाऱ्याला कामात किती वेळ लागतो
3) नॉन-आर्क वेळ
4) एकूण चाप आणि नॉन-आर्क वेळ

Q 33) खाली दर्शविलेले सांधे ओळखा
1) किनारी जोड
2) कॉर्नर जॉइंट
3) प्लग जॉइंट
4) स्लॉट संयुक्त

प्रश्न 34) गॅस वेल्डिंगमध्ये वापरल्या जाणाऱ्या फ्लक्सबद्दल काय योग्य नाही?
1) ते फ्यूजिबल आहे
२) हे रासायनिक संयुग आहे
3) ते ऑक्साईड विरघळते
4) यापैकी नाही

प्रश्न 35) गॅस वेल्डिंग करताना ...... साठी फ्लक्स आवश्यक नसते.
1) ॲल्युमिनियम
2) सौम्य स्टील
3) तांबे
4) पितळ

Q 36) वेल्डची दृश्य तपासणी दोष शोधण्यात मदत करू शकते
1) अंडरकट

2) अयोग्य प्रोफाइल

3) अपूर्ण प्रवेश

4) या सर्व

Q 37) खालील आकृतीमध्ये पाईप जॉइंटचा प्रकार कोणता आहे?

1) टी जॉइंट

2) फ्लँज संयुक्त

3) Y संयुक्त

4) शाखा संयुक्त

Q 38) ऑक्सि-एसिटिलीन कटिंगमध्ये वापरल्या जाणाऱ्या कटिंग नोजलचा आकार प्रामुख्याने यावर अवलंबून असतो

1) कापण्यासाठी धातूची जाडी

2) ऑक्सिजनची शुद्धता

3) कट कालावधी

4) कटिंग ब्लोपाइपचा प्रकार

प्र 39) ब्लोपाइपचे छिद्र कसे स्वच्छ करावे?

1) मऊ स्टील वायर वापरा

२) मऊ तांब्याची तार वापरा

3) टिप क्लिनर वापरा

4) लहान व्यासाचे ड्रिल वापरा

Q 40) वातावरणातील हवेचा मुख्य भाग द्वारे घेतला जातो

1) ऑक्सिजन

२) नायट्रोजन

3) हायड्रोजन

4) आर्गॉन

औद्योगिक प्रशिक्षण संस्था

मासिक चाचणी-5, गुण- 20, तारीखः- _______________

(प्रत्येक प्रश्नाला दोन गुण असतात)

प्र 41) इलेक्ट्रोड कोडच्या शेवटी प्रत्यय म्हणून वापरलेले अक्षर H हे सूचित करते की ते .... आहे.

1) हेवी लेपित इलेक्ट्रोड

2) कमी हायड्रोजन इलेक्ट्रोड

3) लोह पावडर इलेक्ट्रोड

4) उच्च तन्य शक्ती इलेक्ट्रोड

Q 42) वेल्डमेंटची टक्केवारी लांबणी शोधण्यासाठी कोणती चाचणी केली जाते?

1) मार्गदर्शित बेंड चाचणी

2) तन्य चाचणी

3) थकवा चाचणी

4) प्रभाव चाचणी

प्रश्न 43) दृश्य तपासणीद्वारे कोणते वेल्डिंग दोष सहजपणे शोधले जाऊ शकतात?

1) संलयनाचा अभाव

2) वेल्डेड भागांचे चुकीचे संरेखन

3) इंटर-बीड स्लॅगचा समावेश

4) टी - फिलेट वेल्डमध्ये मूळ दोष

Q 44) MIG/MAG वेल्डिंगमध्ये लांब इलेक्ट्रोड स्टिक-आउटचा काय परिणाम होईल

1) जादा वेल्ड धातू

2) कमी वेल्ड धातू

3) वेल्ड मेटल रफ

4) वेल्ड मेटल गुळगुळीत

Q 45) GMAW मध्ये कोणता निष्क्रिय वायू अधिक स्थिर चाप निर्माण करेल?

1) आर्गॉन

२) हेलियम

3) कार्बन डायऑक्साइड

4) हे सर्व समान स्थिर चाप तयार करतात

Q 46) बुडलेल्या आर्क वेल्डिंगमधील कोणते ऑपरेटिंग व्हेरिएबल कंस लांबी नियंत्रित करते?

1) वेल्डिंग गती

2) वेल्डिंग व्होल्टेज

3) वेल्डिंग करंट

4) इलेक्ट्रोड वायर विस्तार

Q 47) TIG वेल्डिंग प्रक्रियेत 1.5 मिमी व्यासाच्या टंगस्टन इलेक्ट्रोडसाठी गॅस नोजलचा आकार किती आहे?

1) 10 मिमी व्यास

2) 12 मिमी व्यास

3) 14 मिमी व्यास

4) 16 मिमी व्यास

Q 48) खालील आकृतीत दर्शविलेल्या मणीमधील वेल्ड दोष ओळखा.

1) सच्छिद्रता

2) स्लॅग समावेश

3) संलयनाचा अभाव
4) प्रवेशाचा अभाव

Q 49) वेल्डिंगमध्ये लांब चाप वापरणे टाळण्याचे एक कारण आहे.........
1) हे बेस मेटलमध्ये फ्यूजनची कमतरता देते
2) हे ओपन सर्किट व्होल्टेज वाढवते
3) यामुळे वेल्डमध्ये क्रॅक होण्याची शक्यता वाढते
4) यामुळे इलेक्ट्रोडचा वापर वाढतो

Q 50) कोणत्या NDT च्या ऍप्लिकेशनला वीज लागत नाही?
1) क्ष-किरण चाचणी
2) डाई पेनिट्रंट चाचणी
3) प्रचंड कंपनसंख्या असलेल्या (ध्वनिलहरी) चाचणी
4) हायड्रोलिक दाब चाचणी

औद्योगिक प्रशिक्षण संस्था

मासिक चाचणी-6, गुण- 20, तारीख:- ______________

(प्रत्येक प्रश्नाला दोन गुण असतात)

Q 51) मुख्य फायदा ज्यासाठी लोह पावडर इलेक्ट्रोड वापरला जातो, तो आहे ....
1) वेल्ड पूर्ण करण्यासाठी लागणारा वेळ कमी होतो
२) वेल्डमध्ये तडे जाणार नाहीत
3) फ्लक्स कोटिंग मजबूत होते
4) विद्युत प्रवाहाचा प्रतिकार कमी होतो

प्रश्न 52) बुडलेल्या आर्क वेल्डिंगबद्दल कोणते विधान खरे आहे?
1) व्हॅक्यूम वेल्डिंग केले जाते
2) बेअर वायर इलेक्ट्रोड वापरला जातो
3) हे कोणत्याही स्थितीत वेल्डिंगसाठी लागू केले जाऊ शकते
4) धातू जमा होण्याचा वेग कमी आहे

Q 53) कमी उष्णता इनपुट इलेक्ट्रोड वापरण्याचा फायदा काय आहे?
1) वेल्ड मेटलचा अतिशय पातळ थर लावता येतो
2) विकृती आणि वारपेज कमी होते
3) वेल्ड मेटलची गुणवत्ता उच्च आहे
४) सरफेसिंग सर्व पोझिशनमध्ये करता येते

Q 54) खाली दर्शविलेले वेल्डिंग चिन्ह .... चे आहे.
1) स्क्वेअर बट वेल्ड
२) सिंगल - व्ही बट वेल्ड
3) दुहेरी - व्ही बट वेल्ड

4) सिंगल - यू बट वेल्ड

Q 55) TIG वेल्डिंगमध्ये अयोग्य अक्रिय वायू प्रवाहाचा काय परिणाम होईल?

1) सच्छिद्रता

२) तडे

3) प्रवेशाचा अभाव

4) वेल्ड मेटलचे ऑक्सिडीकरण होत आहे

Q 56) कोणते इलेक्ट्रॉनिक युनिट टीआयजी वेल्डिंगमध्ये आर्क इनिशिएशनची सुविधा देते?

1) कमी वारंवारता युनिट

2) मध्यम वारंवारता एकक

3) उच्च वारंवारता युनिट

4) दुहेरी वारंवारता युनिट

Q 57) TIG वेल्डिंगमध्ये वापरले जाणारे नोजल .... चे बनलेले असते.

1) बेकेलाइट

2) सिरॅमिक

3) प्लास्टिक

4) चिकणमाती

Q 58) जर वेल्डच्या मुळापर्यंत फ्यूजन झाले नाही तर काय दोष असेल?

1) ब्लोहोल्स

2) प्रवेशाचा अभाव

3) सच्छिद्रता

4) तडे

Q 59) कोणती नॉन-डिस्ट्रक्टिव्ह चाचणी अंतर्गत वेल्ड दोषाची खोली ठरवू शकते?

1) प्रचंड कंपनसंख्या असलेल्या (ध्वनिलहरी) चाचणी

2) चुंबकीय कण चाचणी

3) डाई पेनिट्रंट चाचणी

4) एडी वर्तमान चाचणी

प्रश्न 60) ओव्हरहेड स्थितीत वेल्डिंग केले जात असताना वितळलेल्या धातूला स्थितीत ठेवण्यास कोणती भौतिक गुणधर्म मदत करतात?

1) चुंबकीय आकर्षण

२) पृष्ठभागावरील ताण

3) केशिका

4) थर्मल आकुंचन

औद्योगिक प्रशिक्षण संस्था

मासिक चाचणी-7, गुण- 20, तारीख:- ______________

(प्रत्येक प्रश्नाला दोन गुण असतात)

प्रश्न ६१) ॲल्युमिनियमच्या TIG वेल्डिंगसाठी वापरल्या जाणाऱ्या टंगस्टन इलेक्ट्रोडच्या टोकाचा आकार काय असतो?

1) टोकदार टोक

२) सपाट टोक

3) गोलाकार शेवट

4) टोकदार टोक

Q 62) स्पॉट वेल्डिंग प्रक्रिया मुळात .... यावर अवलंबून असते.

1) फोर्जिंग प्रेशरचा वापर

2) ओमिक प्रतिकार

3) उष्णतेची निर्गिती

4) उष्णता निर्माण करणे आणि फोर्जिंग प्रेशर लागू करणे

Q 63) GMAW मध्ये मेटल ट्रान्सफरचे चार मोड आहेत. कोणता सर्वात कमी मानला जातो

इष्ट?

1) फवारणी

2) स्पंदित फवारणी

3) गोलाकार

4) शॉर्ट सर्किटिंग

प्र 64) रेझिस्टन्स सीम वेल्डिंगमध्ये कोणत्या प्रकारचे इलेक्ट्रोड वापरले जातात?

1) सपाट

2) डिस्क

3) घुमट

4) निदर्शनास

Q 65) .... प्रक्रियेत फ्लक्स वापरणे आवश्यक आहे.

1) TIG

2) MIG

3) MAG

4) SAW

प्र 66) 0.3% ते 0.45% कार्बन असलेल्या कार्बन स्टीलच्या तुकड्यांना वेल्ड करण्यासाठी प्रीहीट तापमान किती असते?

1) 100 ते 120 से

2) 150 ते 280 से

3) 280 ते 350 से

४) ३५० ते ४५० से

प्र 67) गॅस वेल्डिंगमध्ये कार्बरायझिंग फ्लेमद्वारे पुरवठा केलेला कार्बन वेल्ड मेटल .... बनवतो.

1) कठीण

2) लवचिक

3) ठिसूळ

4) कठीण आणि ठिसूळ

प्र 68) तांब्याला रेझिस्टन्स वेल्डिंगद्वारे वेल्ड करणे अवघड आहे कारण...

1) उच्च थर्मल चालकता

2) उच्च विद्युत चालकता

3) उच्च कडकपणा

4) उच्च लवचिकता

प्र 69) कास्ट आयर्न प्रीहिटिंग न करता वेल्डेड केल्यास काय होईल?

1) सच्छिद्रता

2) अंडरकट

3) क्रॅक

4) ब्लोहोल्स

Q 70) पाईप विभागांना शेवटपर्यंत जोडण्यासाठी कोणते प्रतिरोध वेल्डिंग मशीन वापरले जाते?

1) स्पॉट वेल्डिंग मशीन

2) प्रोजेक्शन वेल्डिंग मशीन

3) बट वेल्डिंग मशीन

4) सीम वेल्डिंग मशीन

औद्योगिक प्रशिक्षण संस्था

मासिक चाचणी-8, गुण- 20, तारीख:- ______________

(प्रत्येक प्रश्नाला दोन गुण असतात)

प्रश्न ७१) बट जॉइंटमध्ये रूट गॅप (खालील आकृतीत g) सेट करण्याचा उद्देश काय आहे?

1) प्रवेशाची आवश्यक खोली प्राप्त करण्यासाठी

2) विकृती नियंत्रित करण्यासाठी

3) योग्य संरेखन राखण्यासाठी

4) अधिक धातू जमा करणे

Q 72) कास्ट आयर्न वेल्डिंग शक्य तितक्या लवकर पूर्ण केले पाहिजे. मंद वेल्डिंग असल्यास

केले, यामुळे .... जळते

1) लोह आणि फॉस्फरस

२) तांबे आणि लोखंड

3) कार्बन आणि सिलिकॉन

4) शिसे आणि फॉस्फरस

Q 73) स्पॉट वेल्डिंगमध्ये वापरल्या जाणाऱ्या जॉइंटचा प्रकार .... आहे.

1) बट वेल्डिंग

2) लॅप वेल्डिंग

3) कॉर्नर वेल्डिंग

4) काठ वेल्डिंग

Q 74) जर तीन किंवा अधिक गॅस सिलिंडर एकत्र जोडलेले असतील तर त्या प्रणालीला .... म्हणतात.

1) पोर्टेबल प्रणाली

2) गट प्रणाली

3) मॅनिफोल्ड प्रणाली

4) उच्च दाब प्रणाली

प्रश्न 75) ओल्या जमिनीवर उभे असताना वेल्डरने आर्क वेल्डिंग केल्यास काय होऊ शकते?

1) भाजणे

२) विजेचा धक्का

3) पाय वर कट

4) डोळ्यांना दुखापत

प्रश्न ७६) सिंगल व्ही बट जॉइंटमध्ये वेल्डिंगचा खर्च कोणता मुख्य घटक मदत करेल?

1) विणकाम तंत्र वापरले

2) V चा समाविष्ट कोन बरोबर करा

3) कमानीची लांबी

4) वापरलेल्या वेल्डिंग करंटचा प्रकार

प्र 77) वेल्डेड जॉइंटमधील फ्युजन झोनच्या पुढील भागाला .. म्हणतात.

2) लगतचा झोन

3) उष्णता-प्रभावित क्षेत्र

4) स्थानिक क्षेत्र

Q 78) यापैकी कोणत्या धातूची थर्मल चालकता सर्वाधिक आहे?

1) सौम्य स्टील

2) तांबे

3) अॅल्युमिनियम

4) झिंक

प्र 79) ऑक्सी-एसिटिलीन कटिंग टॉर्च टीप ओरिफिस .... ने साफ करावी.

1) टिप क्लिनर

2) तांब्याची तार

3) स्टील वायर

4) लहान आकाराचे ड्रिल

Q 80) आर्क वेल्डिंगमध्ये लांब चाप वापरणे टाळण्याचे एक कारण आहे ....

1) हे ओपन सर्किट व्होल्टेज वाढवेल

२) हे बेस मेटलच्या फ्युजनची कमतरता देईल

३) सांध्याला भेगा पडतील

4) यामुळे इलेक्ट्रोडचा वापर वाढेल

औद्योगिक प्रशिक्षण संस्था

मासिक चाचणी-9, गुण- 20, तारीखः- _______________

(प्रत्येक प्रश्नाला दोन गुण असतात)

प्रश्न 81) संयुक्त पूर्ण करण्यासाठी पासची संख्या वाढल्यास विकृतीवर काय परिणाम होईल?

१) विकृती वाढेल

२) विकृती कमी होईल

3) त्याचा विकृतीवर कोणताही परिणाम होणार नाही

4) विकृतीवर त्याचा फार कमी परिणाम होईल

Q 82) वेल्डचे प्रमाण तपासण्यासाठी रूट बेंड चाचणी वापरली जाते ....

1) लवचिकता

2) वाढवणे

3) कडकपणा

4) आत प्रवेश करणे

Q 83) पाण्याची कॅल्शियम कार्बाइडवर प्रतिक्रिया झाल्यावर निर्माण होणारा वायू .... असतो.

1) हायड्रोजन

2) एसिटिलीन

3) आर्गॉन

4) मिथेन

Q 84) वेल्डिंग चिन्हात वापरलेले वर्तुळ म्हणजे वेल्डिंग .... आहे.

1) त्यानंतरच्या ठेवी योग्य आहेत याची खात्री करणे

२) संयुक्ताभोवती सर्वत्र असणे

3) कोणतेही अतिरिक्त प्रवाह काढून टाकण्यासाठी

4) प्रथम स्थानावर तणाव दूर करण्यासाठी

Q 85) पाईप वेल्डिंगच्या iG स्थितीत, पाईप .... असणे आवश्यक आहे.

1) फिरवले

2) कलते

3) क्षैतिज

4) उभ्या

प्रश्न ८६) यापैकी कोणती नॉन-डिस्ट्रक्टिव्ह टेस्ट आहे?

1) निक ब्रेक चाचणी

2) प्रभाव चाचणी

3) तन्य चाचणी

4) चुंबकीय कण चाचणी

Q 87) बेस मेटलचा जो भाग वेल्डिंग दरम्यान वितळला नाही परंतु त्याची सूक्ष्म रचना बदलली आहे, त्याला _______ म्हणतात.

1) फ्यूजन झोन

2) उष्णता-प्रभावित क्षेत्र

3) मृत क्षेत्र

4) ट्वायलाइट झोन

प्र 88) वेल्डेड जॉइंट पूर्ण झाल्यानंतर लगेच गरम करणे, त्याला म्हणतात..

1) गरम झाल्यानंतर

2) विलंबित गरम

3) उशीरा गरम करणे

4) जलद गरम

प्रश्न ८९) यापैकी कोणत्या वेल्डिंग प्रक्रियेसाठी ग्रॅन्युलर फ्लक्सचा वापर करावा लागतो?

1) TIG वेल्डिंग

2) MIG वेल्डिंग

3) बुडलेल्या चाप वेल्डिंग

4) मॅन्युअल मेटल आर्क वेल्डिंग

Q 90) TIG वेल्डिंग दरम्यान टंगस्टन इलेक्ट्रोड वितळले आणि वेल्ड मेटलवर जमा झाल्यास काय होईल?

१) भेगा पडतील

2) खराब प्रवेश असेल

3) वेल्ड मेटल दूषित होईल

4) फ्युजनचा अभाव असेल

औद्योगिक प्रशिक्षण संस्था

मासिक चाचणी-10, गुण- 20, तारीखः- _______________

(प्रत्येक प्रश्नाला दोन गुण असतात)

प्र 91) आर्क वेल्डिंगमध्ये इलेक्ट्रोड जास्त जळण्यामुळे काय होऊ शकते?

1) चाप फुंकणे

2) लांब चाप लांबी

3) कमी दर्जाचे इलेक्ट्रोड

4) खूप जास्त वेल्डिंग करंट

प्र 92) कोणत्या नॉन-डिस्ट्रक्टिव्ह चाचणीसाठी कोणत्याही उर्जा स्त्रोताकडून पुरवठा आवश्यक नाही?

1) क्ष-किरण चाचणी

2) प्रचंड कंपनसंख्या असलेल्या (ध्वनिलहरी) चाचणी

3) डाई पेनिट्रंट चाचणी

4) हायड्रोलिक दाब चाचणी

प्र 93) उघड्या डोळ्यांनी विद्युत चाप दिसल्यास काय होऊ शकते?

1) इलेक्ट्रिक शॉक

२) डोळ्यांना इजा

3) भाजणे

4) पाय आणि हात कापून घ्या

प्र 94) इलेक्ट्रोड्सचे वर्गीकरण आणि कोडींगमध्ये यापैकी कोणता घटक समाविष्ट आहे?

1) फ्लक्स कोटिंगचा प्रकार

2) इलेक्ट्रोडची लांबी

3) इलेक्ट्रोडचा कोर व्यास

4) इलेक्ट्रोडचे आवश्यक बेकिंग तापमान

Q 95) धातूचा गुणधर्म जो त्याला तडे न जाता ताणून, वाकणे किंवा वळवण्यास सक्षम करतो त्याला ...... म्हणतात.

1) लवचिकता

२) निंदनीयता

3) कडकपणा

4) कणखरपणा

प्र 96) वेल्ड तपासणीची कोणती पद्धत सर्वात स्वस्त आहे?

1) रेडियोग्राफी

2) प्रचंड कंपनसंख्या असलेल्या (ध्वनिलहरी) चाचणी

3) चुंबकीय कण चाचणी

4) व्हिज्युअल परीक्षा

प्र 97) बुडलेल्या आर्क वेल्डिंगमध्ये कोणत्या प्रकारची फिलर वायर वापरली जाते?

1) बेअर वायर

2) हलकी लेपित वायर

3) जोरदार लेपित वायर

4) फ्लक्स कोरड वायर

प्र 98) यापैकी कोणते प्लॅस्टिक वेल्डिंगचे उदाहरण आहे?

1) आर्क वेल्डिंग

2) गॅस वेल्डिंग

3) फोर्ज वेल्डिंग

4) थर्मिट वेल्डिंग

प्र 99) दुहेरी V किंवा दुहेरी U धार तयार करणे सामान्यतः वापरले जाते जर वेल्डेड प्लेट्सची जाडी .... असेल.

1) 1 - 5 मिमी

2) 5 - 10 मिमी

3) 10 - 15 मिमी

4) 15 मिमी पेक्षा जास्त

Q 100) गॅस वेल्डिंग ब्लोपाइपचे टोक ....पासून बनलेले असते.

1) पितळ

2) कांस्य

3) तांबे

4) सौम्य स्टील

औद्योगिक प्रशिक्षण संस्था

मासिक चाचणी-11, गुण- 20, तारीखः- ______________

(प्रत्येक प्रश्नाला दोन गुण असतात)

Q 101) यापैकी कोणता तात्पुरता सांधा आहे?

1) वेल्डेड संयुक्त

2) फिट जॉइंट दाबा

3) ब्रेझ्ड संयुक्त

4) Riveted संयुक्त

प्र 102) उच्च दाबाने सिलिंडरमध्ये ॲसिटिलीन वायू साठवण्यासाठी कोणते स्टोरेज माध्यम वापरले जाते?

1) पेट्रोलियम जेली

२) रॉकेल तेल

3) एसीटोन

4) पाणी

प्रश्न 103) सुरक्षेच्या दृष्टीने गॅस सिलिंडर आणि रेग्युलेटरवर कधीही .... वापरू नका.

1) पाना

२) तेल

3) टेफ्लोन टेप

4) लीक डिटेक्टर

Q 104) कोणत्या ऑक्सी-ॲसिटिलीन ज्वालामध्ये इंधन वायूचे प्रमाण जास्त असते?

1) ऑक्सिडायझिंग ज्वाला

2) कार्बराइजिंग ज्वाला

3) तटस्थ ज्योत

4) मानक ज्योत

Q 105) वातावरणातील सर्वात सामान्य (जास्तीत जास्त टक्केवारी) वायू कोणता आहे?

1) ऑक्सिजन

२) नायट्रोजन

3) कार्बन डायऑक्साइड

4) मिथेन

Q 106) विद्युत परिपथ म्हणजे विद्युत् प्रवाहाद्वारे घेतलेला मार्ग. ब्रेक नसलेल्या मार्गाला .... म्हणतात.

१) क्लोज्ड सर्किट

२) ओपन सर्किट

3) मर्यादित सर्किट

4) सतत सर्किट

Q 107) उष्णता .... म्हणतात एककांमध्ये मोजली जाते.

1) न्यूटन

२) जौल

3) वॅट

4) सेल्सिअस

Q 108) गॅस वेल्डिंग टॉर्च पेटवण्यासाठी नेहमी .... वापरा.

1) सामने

२) स्ट्रायकर

3) इलेक्ट्रिक आर्क

4) सिगारेट लाइटर

प्र 109) इलेक्ट्रिक सर्किटमध्ये वाहणाऱ्या करंटच्या प्रमाणाशी कोणता शब्द संबंधित आहे?

1) व्होल्ट

२) अँपिअर

3) ओम

4) हर्ट्झ

प्रश्न 110) गॅरा वेल्डिंग टॉर्चचे टोक स्वच्छ करण्यासाठी काय वापरावे?

1) स्टील वायर

2) तांब्याची तार

3) कॉपर लेपित स्टील वायर

4) टिप क्लिनर

औद्योगिक प्रशिक्षण रांरथा

मासिक चाचणी-12, गुण- 20, तारीखः- _______________

(प्रत्येक प्रश्नाला दोन गुण असतात)

Q 111) खालीलपैकी कोणत्याची थर्मल चालकता तुलनेने सर्वात जास्त आहे?

1) झिंक

2) सौम्य स्टील

3) तांबे

4) अॅल्युमिनियम

Q 112) ऑक्सि-एसिटिलीन वेल्डिंगच्या बाबतीत, ऑक्सिजन सिलिंडर रंगवले जातात ....

1) पांढरा

2) काळा

3) मरून

4) लाल

प्र 113) फेरस आणि नॉन-फेरस दोन्ही वेल्डिंगसाठी कोणती गॅस वेल्डिंग ज्वाला अधिक योग्य आहे

धातू?

1) ऑक्सी-एलपीजी ज्वाला

2) ऑक्सी-एसिटिलीन ज्वाला

3) ऑक्सि-हायड्रोजन ज्वाला

4) एअर-एसिटिलीन ज्वाला

Q 114) वेल्ड बीडमधून स्लॅग काढण्यासाठी काय वापरले जाते?

1) मॅलेट

2) चिपिंग हातोडा

3) पंजा हातोडा

4) स्लेज हातोडा

प्रश्न १) वेल्डिंग दुकानाच्या भिंती रंगवल्या पाहिजेत

1) गडद रंग

२) पांढरा रंग

3) परावर्तित रंग

4) यापैकी नाही

प्रश्न 2) सुरक्षेच्या उद्देशाने, चांगली सराव काय नाही?

1) सिलेंडर फिटिंगवर तेल किंवा ग्रीस वापरा

२) सिलिंडर थंड ठेवा

3) सिलिंडरचा रोलर्स म्हणून वापर करू नये

4) सिलिंडरचा वापर एरव्ही म्हणून करू नये

प्र 3) मॅन्युअल मेटल आर्क वेल्डिंगमध्ये कमानीची लांबी किती असावी?

1) इलेक्ट्रोड वायर व्यासाच्या अंदाजे समान.

2) अंदाजे अर्ध्या इलेक्ट्रोड वायर व्यासाच्या समान.

3) अंदाजे दुहेरी इलेक्ट्रोड वायर dia च्या समान

4) इलेक्ट्रोड वायर व्यासाच्या 1.5 पट जवळपास समान.

Q 4) यापैकी कोणते इलेक्ट्रोड कोटिंग वेल्डिंग दरम्यान अतिरिक्त वेल्ड मेटल प्रदान करते?

1) लोह पावडर इलेक्ट्रोड

2) खनिज सिलिकेट

3) कॅल्शियम फ्लोराईड

4) मेटल कार्बोनेट

Q 5) डाई पेनिट्रंट चाचणीमध्ये, द्रव रंग कोणत्या क्रियेद्वारे विघटनातून बाहेर काढला जातो?

1) गरम करणे

2) थंड करणे

3) सक्शन

4) केशिका

प्र 6) गॅस सिलेंडरवर रेग्युलेटर फिक्स करण्यापूर्वी, वाल्व एक चतुर्थांश वळणावर उघडला जातो आणि नंतर लगेच बंद केला जातो. या क्रियेला काय म्हणतात?

1) तपासणी

2) सेटिंग

3) चाचणी

4) क्रॅकिंग

www.ingramcontent.com/pod-product-compliance
Ingram Content Group UK Ltd.
Pitfield, Milton Keynes, MK11 3LW, UK
UKHW031824260826
14628UKWH00001B/197

9 798887 335995